ஆட்கொல்லி

க. நா. சுப்ரமண்யம்

Title: Aatkolli

Author: Ka. Naa. Subramanyam

Language: Tamil

First Published on: 1957

Year of Publication: 2025

Book Format: Paperback

*Page Size: 6inch * 9inch*

Category: Fiction

Subject: Novel

No. of pages: 120

ISBN: 978-81-685729-3-5

Published by: Nilan Publishers, Madurai, Tamilnadu, India

பொருளடக்கம்

குறிப்புகளுக்காக

முன்னுரை

ஏதோ ஒரு உறவினர் வீட்டுக் கல்யாணத்துக்குப் போன போது அங்கு பிள்ளை வீட்டாருடன் உற்றார் உறவினர் என்று சொல்லிக் கொண்டு அதிகம் பேர் வந்திருக்கவில்லை என்று கவனித்தேன். ஏன், என்ன என்று விசாரித்த போது ஒரு உண்மை தெளிவாயிற்று அவர்கள் பணக்காரர்கள்; பணம் சேர்க்கிற காரியத்தில் மும்முரமாக இருந்த அவர்கள் உற்றார் உறவினர் நண்பர்களை லக்ஷ்யம் செய்யாதது மட்டுமில்லை. உற்றார் உறவினர் நண்பர்களை நசுக்கியே பணம் சேர்த்தார்கள். ஆகவேதான் ஒரு முக்கியமான கட்டத்தில் அவர்களை எல்லாரும் கைவிட்டு விட்டார்கள் என்று அறிந்துகொண்டேன். "ஆட்கொல்லி" என்று பணத்தைச் சொல்வதற்கு ஒரு புது அர்த்தம் அங்கு காணக்கிடப்பது போலப்பட்டது எனக்கு. சாதாரணமாகப் பணத்திடம் ஈடுபாடுள்ளவனை, அவனுடைய நல்ல தனங்களைக் கொன்றுவிடும் பணம் என்றுதான் இதற்கு வியாக்கியானம் செய்வார்கள். ஆனால் இந்த சந்தர்ப்பத்தில் பணம் சுற்றத்தைக் கொன்று விட்டது என்பதனாலேயும் அதற்கு ஆட்கொல்லி என்கிற பெயர் பொருந்தும் என்று தோன்றிற்று எனக்கு.

என் மனத்தில் பல வருஷங்களாக ஊறிக் கிடந்த இந்த விஷயத்தை வெளிக்கொணர சென்னை அகில இந்திய ரேடியோவில் பணியாற்றும் என் நண்பர் டி.என். விசுவநாதன் எனக்கு உதவினார். ரேடியோவில் வாராவாரம் வாசிக்க ஒரு நாவல் வேண்டுமென்று அவர் கேட்டபோது இதை எழுதித் தந்துவிடுவதாக ஒப்புக்கொண்டேன். நாவலை சுலபமானதாக, சம்பவங்கள் நிறைந்ததாக, சுலபமாக வாரா வாரம் பின்பற்றக்கூடிய சுவாரசியமான தொடர் கதையாக அமைக்க விரும்பவில்லை நான். ரேடியோ மூலமும் கனமான

கருத்துள்ள, ஆழ்ந்து கவனிக்க வேண்டிய ஊம் கொட்டாமல் நின்று நிதானித்துச் சிந்திக்க வேண்டிய நாவல் ஒன்று வெளியிட்டு விட வேண்டும் - சமூக சித்திரம் என்று முன்பு எழுதிய ஒரு லேசான கதைக்குப் பரிகாரமாக என்று எனக்குத் தோன்றியது. அப்படியே செய்தேன். அதற்கு வாய்ப்பளித்த என் நண்பருக்கு என் நன்றி.

தொடர்கதை படிக்கும் ரஸிகர்கள் பெருகப் பெருக நாவல் கலை தேய்ந்துகொண்டுதான் வரும்.அது தவிர்க்க முடியாத இலக்கிய விதி, தொடர்கதையும் நாவல் தானே என்று கேட்பது இலக்கியத்தின் அடிப்படைகளை அறியாததால் எழுகிற கேள்வி. தொடர்கதை என்பது இலக்கியத்தில் ஒரு தனி ராகம் -- நாவல் என்பது தனி ராகம்.

நாவல்தான் உயர்ந்தது என்று நான் சொல்வதை, படிக்க முடியாதது தான் உயர்ந்தது என்று நான் சொல்வதாக எண்ணிக் கொண்டு கேலி செய்யலாம். சந்தர்ப்ப விசேஷங்களினால் நல்ல நாவல்கள் சிலவும் தொடர்கதைகளாக வெளிவந்ததுண்டு. இருந்தாலும் நாவல்தான் இலக்கியக் கலையிலே இந்தக் காலத்தில் முதல் பிரிவு, கவிதை கூட இன்று பின்னர் வருகிற பிரிவுதான் என்கிற திடமான அபிப்பிராயம் உள்ளவன் நான்.

அந்த நாவலில் உருவாகிற வேங்கடாசலத்தையோ, ஜானகியையோ, மருமானையோ, ஏன், கண்ணப்பனையோ கூட நான் அனுதாபத்துக்கோ, கோபத்துக்கோ, வெறுப்புக்கோ உரிய பாத்திரமாக நினைத்துச் சிருஷ்டித்துத் தரவில்லை. உங்களுக்கோ எனக்கோ பிடிக்கிறது என்பதற்காக இது இப்படி இல்லை. பிடித்தாலும் பிடிக்காவிட்டாலும் இது இப்படித்தான் என்கிற ஒதுங்கி நிற்க முயலும் ஒரு சிருஷ்டி தத்துவத்தைக் கடைப்பிடித்துத்தான் நான் இந்த நாவலை எழுதினேன். சில சமயங்களில் மனிதனின் பலஹீனம் கலைஞனின் திடத்தை அசைத்துவிடுகிறது.

அந்த மாதிரிச் சந்தர்ப்பங்களில் "இப்படி நேர்ந்துவிட்டதா? அடாடா! இனிமேலாவது ஜாக்கிரதையாக இருக்க வேண்டும்" என்று எண்ணிக் கொண்டு மேலே முயற்சி செய்யவேண்டியது கலைஞனின் கடமை. இந்த மாதிரி பலஹீனம் இந்த நாவலைப் பற்றிய வரையில் கடைசிக் கட்டத்தில் ஒரு இடத்தில் வந்துவிட்டதாக எனக்குத் தோன்றுகிறது. வேங்கடாசலத்தின் ஒரு மருமான் கல்யாணத்துக்கு வந்திருக்கிறான். இன்னொரு மருமான் சமையல்காரனாகப் பெண் வீட்டார் வீட்டில் வேலை செய்ய வந்திருக்கிறான் என்று நான் முடிக்கிற இடம் தொடர்கதை ரஸிகர்களுக்கு என்று ஏற்பட்ட மெலோட்ராமா *(melodrama)*, அதிகப்படுத்திக் கூறல், கோயின்ஸிடென்ஸ் *(coincidence)* என்கிற வகையைச் சேர்ந்துவிட்டது. அதை நாள் மாற்ற முயலவில்லை; அப்படித்தான் வந்தது, போகட்டும் என்று விட்டுவிட்டேன்.

இந்த ஒதுங்கி நிற்கிற தத்துவ விஷயத்தில் உலகத்தில் பெரிய கலைஞர்கள், சிருஷ்டி கர்த்தாக்கள் எல்லோரும் ஒன்றுதான். அதை விவாதிக்க, விவாதித்து முடி [illegible] இது இடமல்ல; ஓரிரண்டு கோடிகள் மட்டும் காட்டுகிறேன். ஹாம்லெட்டைப் பற்றிக் கவிஞன் நம்மை அழச் சொல்கிறானா? அனுதாபப்படச் சொல்கிறானா? கோவலன்- கண்ணகி முடிவைப் பற்றி எண்ணி நம்மைச் சிலப்பதிகார ஆசிரியன் கண்ணீர் உகுக்க எங்காவது சொல்லி இருக்கிறானா? பின்னர் எழுந்த நாடகங்களையும், நடுக்கால, ஐயோ அந்தோ பரிதாப வியாக்கியானங்களையும் வைத்துக் கொண்டு சொல்லாதீர்கள்."கடவுள் போல மறைந்து சிருஷ்டிக்குப் பின் ஒதுங்கி நின்று நகத்தைக் கிள்ளுவதில் ஈடுபட்டிருப்பவன் கான் கலைஞன்" என்பது முப்பது வருஷங்களுக்கு முன் ஜேம்ஸ் ஜாய்ஸ் எழுதிய வாக்கியம்.

'கண்ணீர்த்துளி வர உள்ளுருக்குதல்" கலையின் ஒரு கோடிச் செய்கை. அசைந்து கொடுக்காமல் ஒதுங்கி நிற்கச் செய்வது கலையின் மறு கோடி. இதுவரையில் இலக்கிய உலகில் மிகப் பெரியவர்கள் என்று சொல்லக்கூடிய ஒரு நாலைந்து பேர்வழிகளுக்கே கைவந்த கலை அது.

இந்த ஆட்கொல்லிச் சிந்தனையை வேறு ஒரு கோணத்தி லிருந்து பார்த்து இன்னும் ஒதுங்கி நின்று, சிந்திக்க வேண்டும் என்கிற ஆசை எனக்குண்டு. இன்னும் பத்து வருஷங்களில் கைகூடலாம் அது. அவசரம் ஒன்று மில்லையே?

திருவனந்தபுரம்
25-3-57

க. நா. சுப்ரமண்யம்

ஆட்கொல்லி

1. நல்ல பாட்டி

என் மாமா வேங்கடாசலத்தின் கதையைச் சொல்லுகிற சாக்கில் நான் என்னைப் பற்றியேதான் சொல்லப் போகிறேன். வாழ்க்கையிலே தோல்வி யுற்றவனுக்குத் தன்னைப் பற்றியே பேசிக் கொள்வதைப் போல வேறு இன்பமும் உண்டா? தன்னைப் பற்றியே பேசிக் கொள்வதற்குச் சாக்கு ஒன்றுமே தேவையில்லைதான். ஆனால் சாக்கும் இருந்து விட்டால், நல்லதுதானே?

"இல்லானை இல்லாளும் வேண்டாள்" என்கிற பழைய வாக்கியத்துக்கு உதாரணம் நான். இந்த வாக்கியத்துக்கு எப்படிப்பட்ட அர்த்தங்கள் கற்பிக்க முடியும் என்பதை அனுபவித்துப் பார்த்திருப்பவன்தான் உணர முடியும். என் மாமா இல்லாதவர் அல்ல, இருபத்தைந்து வருஷங்களுக்கும் அதிகமாக மாசம் நூறு ரூபாய்க்குள் சம்பளம் வாங்கி, எப்படியோ இரண்டு இரண்டரை லக்ஷ ரூபாய் பணம் சேர்த்தவர். பணமே சேர்க்காதவனாகிய நான் இருந்த பணத்தையும் செலவழித்துவிட்டு, இல்லாளுக்கும் வேண்டாதவனாக இருக்கும் நான், வேங்கடாசலத்தின் வாழ்க்கையும் அப்படி ஒன்றும் பிரமாதமான வெற்றி அல்ல தோல்விதான் என்று எனக்கு நானே சொல்லிக் கொண்டு திருப்திபட்டுக் கொள்கிறேன்.

வாழ்க்கையில் வெற்றியையும் தோல்வியையும், சாதாரண ஜனங்கள் எதை வைத்து மதிப்பிடுகிறார்கள்? இதென்ன பைத்தியக்காரத்தனமான கேள்வி என்று எண்ணத் தோன்றும். நல்லவன், அறிவாளி என்று சொல்லுகிறவனைக் கூடப்

பணக்காரனைப் போற்றுவதைப் போல உலகம் போற்றுவதில்லை. ஏன் இது என்று விசாரிக்க நான் தத்துவாசிரியன் அல்ல. உலகத்து உண்மை இதுதான் என ஏற்றுக் கொள்கிறேன். எனக்கும் பணம் சம்பாதிக்க ஆசைதான். ஆனால், செலவழிக்கத்தான் தெரிந்ததே தவிரச் சம்பாதிக்கத் தெரியவில்லை.

என் தகப்பனாரையும் என் மாமாவையும் ஒப்பிட்டுப் பார்க்கும் போது எனக்கு வாழ்க்கையின் தத்துவமே பிடிபடுவது போல இருக்கிறது. என் மாமா, “பணம், பணம்” என்ற நினைப்பிலேயே மூழ்கிக் கிடந்தார். என் தகப்பானர் நல்ல உத்தியோகத்தில் இருந்தார். உத்தியோகத்தில் இருந்தவரையில் என் மாமாவைவிட, அதிகச் சம்பளமும், ரிடையரான பின் அதிகப் பென்ஷனும் வாங்கிக் கொண்டிருந்தார். அப்படி ஒன்றும் பெரிய குடும்பப் பொறுப்பும் இல்லை அவருக்கு. இருந்தும் அவர் கையில் பணம் சேரவில்லை. அவர் சேர்த்த பணத்தையும் ஒரே பிள்ளையாகிய நான் செலவு செய்து விட்டேன். "ஏண்டா இப்படிச் செலவு செய்கிறாய்?" என்று அவர் என்னை நேர்முகமாகக் கேட்டதில்லை. "பணம் ஆயிடுத்தா? இன்னும் பணம் வேண்டுமா? ஐம்பது அனுப் பட்டுமா. போறுமா? நூறாக அனுப்பட்டுமா?” என்றுதான் நான் ஏராளமாகச் செலவு செய்து கொண்டிருந்த நாட்களிலெல்லாம் கேட்பார். பிறரிடம் எப்பவாவது, ஏதாவது அதிருப்தியாகச் சொல்வார். அது கூட, "அவன் பின்னாடி கஷ்டப்படப் போகிறான்" என்று வருத்தத்துடன் சொல்வாரே தவிரக் குற்றமாகச் சொல்ல மாட்டார்.

இப்போது கஷ்டம் நேருகிறபோதெல்லாம் நான் என் அப்பாவையும், என் மாமாவையும் எண்ணிப் பார்த்துக் கொள்கிறேன். நினைப்பதற்கு விஷயம் ஏராளமாகவே இருக்கிறது. இருவரும் இறந்து விட்டார்கள். என் அப்பா இறந்து நாலைந்து வருஷங்களாகின்றன. மாமா இறந்து இரண்டு வருஷங்களாகின்றன. ஒப்பிட்டுப் பார்க்கும்போது, என் மாமாவின் வாழ்க்கையும் அப்படி ஒன்றும்

வெற்றிகரமான வாழ்க்கையல்ல என்று எண்ணி நான் திருப்தியடைகிறேன். அவர் பிள்ளையைக் கூடச் சரியாக வளர்க்கத் தெரியாதவர். என் தகப்பனாரின் வாழ்க்கையைப் பற்றியோ சொல்ல வேண்டியதே இல்லை. எனக்குத் தெரிந்து கடைசி இருபது வருஷங்களில் அகப்பட்டவர்களிட மெல்லாம் சற்றுக் கூடவோ குறைத்தோ தன் சுயசரிதத்தைப் பேசிக் கொண்டே காலம் தள்ளி வந்தார் என் அப்பா. பாவம்! அவருக்குப் பேச வேறு என்ன இருந்தது? என் மாமா தன்னைப் பற்றிப் பேசி நான் கேட்டதில்லை.

தன்னைப் பற்றிப் பேசிக் கொள்ளாமல் இருப்பது தான் வாழ்விலே வெற்றியடைந்தவனுக்கு அடையாளமோ?

எனக்கு எப்படித் தெரியும்?

நான் வெற்றி பெற்றவன் அல்ல.

என் மாமாவைப் பற்றிய என் நினைவுகளை வரிசைப் படுத்திக் கொள்ள முயலுகிறேன். முதன் முதலில் அந்த மாமாவைப் பார்த்த சந்தர்ப்பம் எனக்கு ஞாபகமிருக்கிறது. அது என் ஆறாவது வயதில். அதற்கு முன்னரும் பார்த்திருக்க வேண்டும்தான். ஆனால் அது என் ஞாபகத்தில் இல்லை.

நாங்கள் அப்போது நரசிங்கன் பேட்டையில் இருந்தோம். அப்பாவுக்கு எதற்கெடுத்தாலும் எப்பப் பார்த்தாலும் யாரிடமாவது கோபம் வந்து கொண்டேயிருக்கும். அன்று ஏதோ ஒரு கன்றுக் குட்டியைத் துரத்திக் கொண்டு போய்க் கீழே விழுந்து விட்டார். நான் சின்னப் பையன் தானே? அவர் விழுந்ததைப் பார்த்துச் சிரித்து விட்டேன். அவ்வளவுதான், அப்பாவுக்குக் கோபம் வந்துவிட்டது. கன்றுக்குட்டியை விட்டுவிட்டு, அதைக் கட்ட வைத்திருந்த தும்பாலேயே என்னை வெளுத்து வாங்கி விட்டார். அந்த ரோஷத்திலே நான் என் "நல்ல" பாட்டியுடன் மாமாவாத்துக்குக் கிளம்பி விட்டேன்.

"நல்ல பாட்டியாமே, நல்ல பாட்டி?" என்பாள் என் அப்பாவைப் பெற்ற பாட்டி. "நல்ல பாம்பு அவள்! அவ்வளவும் விஷம்". அது என்னவோ எனக்கு இன்னமும் சொல்லத் தெரியவில்லை. என்னைப் பற்றிய வரையில், என் அம்மாவைப் பெற்ற பாட்டி நல்ல பாட்டியாகவே தான் இருந்தாள். அவள் எனக்குத் தெரிந்து அதிக நாள் உயிருடன் இருக்கவில்லை என்பதும் இதற்கொரு காரணமாக இருக்கலாம், என்னுடைய ஒன்பதாவது வயதில் எனக்கு அம்மை போட்ட போது, பாட்டிக்கும் அம்மை கண்டது. அவள் இறந்து விட்டாள். அவள் இறந்துவிட்டதால்தான் நான் பிழைத்தேன் என்று அப்பாவே சொல்லுவார். எனக்காகத் தன் உயிரையே கொடுத்த பாட்டியை நல்ல பாட்டி என்று தான் நான் எண்ணுகிறேன். வேறு எப்படி நினைக்க முடியும்?

என் மாமாவைப் பற்றிய முதல் நினைவையன்றோ சொல்ல வந்தேன்? பாட்டியுடன் நான் நரசிங்கன் பேட்டையிலிருந்து கும்பகோணத்துக்குக் கிளம்பி விட்டேன். கும்ப கோணத்திலிருந்து நாலு மைல் உள்ள சாத்தனூருக்குப் போய், அங்கிருந்து ஒரு வாரத்தில் மன்னார்குடிக்குப் போக வேண்டும் என்றாள் பாட்டி. என் மாமா எம்.ஏ. படித்துப் பாஸ் செய்திருந்தார். 'எம்.ஏ.' என்றால் என்ன என்று பாட்டிக்கும் தெரியாது; எனக்கும் தெரியாது. ஆனால், எம்.ஏ. பாஸ் செய்த மாமா ஏதோ பெரிய காரியத்தைச் சாதித்துவிட்டார் என்றுதான் நினைப்பு எங்கள் இருவருக்கும். மன்னார்குடியில் மாமாவுக்குப் பள்ளிக் கூடத்தில் உபாத்தியாயர் வேலை ஆகி யிருந்தது. அவரோடு நானும் போய் மன்னார் குடியில் படிக்கலாம் என்றாள் பாட்டி.

"நீ...?" என்று கேட்டேன்.

"நானும் வருவேன். நான் இல்லாமலா?" என்ற நல்ல பாட்டி, "மாமி சின்னவள். அவளுக்கு ஒண்ணும் தெரியாது. நான் இல்லாவிட்டால் குடித்தனம் சரியாக நடக்குமா?" என்றாள்

ஓடிக் கொண்டிருந்த ரெயில் ஜன்னலோரமாக உட்கார்ந்து கொண்டு, வெளியே எதிர்ப்பக்கமாக ஓடிய மரங்களின் ஒரு வரிசையைக் கண்களை விரலால் அமுக்கி இரண்டாகப் பண்ணிக் கொண்டிருந்தேன். எனக்குத் திடீரென்று ஒரு சந்தேகம் வந்தது.

"ஏன் பாட்டி? ஊரில் இருப்பவர்கள் எல்லோருமே என் மாமாதானே?" என்று கேட்டேன்.

ரெயிலில் இருந்த இரண்டொருவர் கூடச் சிரித்தார்கள் என்பது எனக்கு ஞாபகம் வருகிறது. ஒரு கிழவி, "கெட்டிக்காரப் பிள்ளை" என்று எனக்கு சர்டிபிகேட் கொடுத்தாள்.

"எல்லோருமே மாமா ஆகிவிடுவார்களா?" என்றாள் நல்ல பாட்டி. "தெருவோடுபோகிறவர்களை மாமா என்று உறவு சொல்லிக் கூப்பிட்டால் மட்டும் மாமா ஆகிவிடுவார்களா? இந்த மாமா உனக்கு எல்லாம் செய்வாரே ?"

"என்ன செய்வார்? சொல்லு?" என்றேன்.

"கண்ணாலங் கட்டி வைப்பார்..." என்றாள் ரெயிலில் உடன் இருந்த கிழவி.

"மாமா வீட்டிலே பெண்ணிருக்கா?" என்று கேட்டேன் நான், என்று எனக்கு ஞாபகம் இருக்கிறது.

நல்ல பாட்டி இதற்கு நேரடியாகப் பதில் சொல்லவில்லை. "போனவுடனே, உனக்குப் பாலும் சோறும் பிசைந்து போடுவதற்கு ஒரு வெள்ளிப் பேலா வாங்கித் தருவான் மாமா" என்றாள்.

இப்பொழுது ஞாபகம் வருகிறது எனக்கு. என் அப்பாவுக்கு வெள்ளிப் பாத்திரங்களைக் கண்டாலே பிடிக்காது. அம்மா என்றைக்காவது தப்பித் தவறி வெள்ளி டம்ளரில் காபி கொண்டு வந்து வைத்தாளானால், "அப்படி என்ன வெள்ளி வேண்டியிருக்கு? பெட்டிக்குள் வைத்துப் பூட்டிக்

கொள்ளேன். காபியை சூடாக வெள்ளி டம்ளரில் கொணர்ந்து வைத்துக் கை சுட்டு விட்டது" என்று காபி டம்ளர் எல்லாவற்றையும் எடுத்து வெளியே எறிந்து விடுவார். அவருக்குப் புனா டம்ளரில் காப்பி சாப்பிடத்தான் பிடிக்கும். அதில் மட்டும் எப்படிக் காபி கைசுடாமல் இருக்குமோ? எனக்குத் தெரியாது.

சாப்பிடுவதற்கு அதுவும், பாலும் சோறும் கலந்து தின்பதற்கு, வெள்ளிக் கிண்ணம் கிடைக்கும் என்ற பாட்டியின் பதில் அந்த வயதில் எனக்குப் பிரமாதமான திருப்தி அளித்தது என்றே நினைக்கிறேன். சாத்தனூரில் வண்டி விட்டிறங்கி வீட்டிற்குள் போனதுமே நான் "வெள்ளிப் பேலா எங்கே?" என்று விசாரிக்க ஆரம்பித்து விட்டேன் என்றும் நினைக்கிறேன். இரண்டொரு நாளைக்குள்ளாகவே மாமாவும் எனக்கு வெள்ளிப் பேலா வாங்கி வந்துவிட்டார்.

மன்னார் குடியில் இரண்டாங் கிளாஸில் நான் படித்த வருஷம் பூராவும் அந்த வெள்ளிக் கிண்ணத்தில்தான் பாட்டி எனக்குச் சோறு எடுத்து வைப்பாள். "என் கிண்ணம், என் கிண்ணம்" என்று தான் நான் சொல்லிக் கொண்டிருப்பேன். ஒரு லீவுக்கு நான் நரசிங்கன் பேட்டை திரும்பிய போது "வெள்ளிக் கிண்ணத்தில் சோறு போட்டால்தான் சாப்பிடுவேன்'' என்று பிடிவாதம் பிடித்து, "அப்பா காதில் விழப் போகிறது'' என்று அம்மா என்னைச் சமாதானம் செய்தது எனக்கு நன்றாக ஞாபகம் இருக்கிறது. முதல் வருஷத்துக்குப் பிறகு என் அம்மாமி அந்தக் கிண்ணத்தை எடுத்துத் தன் பெட்டிக்குள் பூட்டி வைத்துக் கொண்டு விட்டாள். பிற்காலத்தில், நான் இண்டர்மீடியட் வகுப்பில் படிக்கும் போது மாமி, அந்தக் கிண்ணத்தை "ராஜாவுடைய வெள்ளிக் கிண்ணம்" என்று யாரிடமாவது காட்டிக் கொண்டிருப்பாள். காதில் பட்டாலும் காதில் விழாத மாதிரி இருந்து விடுவேன். ''என் கிண்ணம்" என்று அதைச் சொந்தம் கொண்டாடிக் கொண்டு என்ன லாபம்? மாமாவுக்குக் கூடச் சொந்தம் இல்லை அந்தக் கிண்ணம்; மாமிக்குத்தான் சொந்தம். சின்ன விஷயம்தான்.

ஆனால், காற்று எந்தப் பக்கம் அடிக்கிறது என்பதைச் சிறு துரும்புதானே காட்டும்? கற்பாறை காட்டுமா?

சாத்தனூரில் மாமா வீட்டுக்குப் போனவுடனேயே எனக்கு இன்னொரு சந்தேகமும் தோன்றிற்று. "ஏன் பாட்டி, ரெயிலில் வருகிறபோது, மாமி ரொம்பச் சின்னவள் ஒன்றுமே தெரியாது, என்றாயே... மாமி பெரியவளாகத் தானே இருக்கிறாள்?" என்றேன்.

மாமி உண்மையிலேயே பெரியவளாகத்தான் இருந்தாள்.வேங்கடாசலம் உருவத்தில் சிறியவர். ஐந்தடி இரண்டங்குலம் உயரமும், ஒற்றை நாடி சரீரமும் உள்ளவர். நல்ல சிவப்பில்லை, நல்ல கறுப்புமில்லை; ஒருவிதமாக மாநிறமாக இருப்பார். அம்மாமி நல்ல கறுப்பு. உயரம் மாமாவை விட இரண்டங்குலமாவது அதிகம் இருக்கும். ஆகிருதியும் பெரிதுதான். இரட்டை நாடி என்றுதான் சொல்ல வேண்டும்.

நான் நேரடியாகக் கேட்ட கேள்வி என் பாட்டிக்கு சிரமமாக இருந்திருக்க வேண்டும். ஆனால், மாமிக்குத் தன் முக்கியத்துவத்தை நான் உணர்ந்து பேசியது போலத் தோன்றியது போலும். என்னைத் தன் அரவணைப்பில் அணைத்துக் கொண்டாள். “ராஜா ராஜா” என்று என்னிடம் உசிராகத்தான் இருந்தாள் என்று எனக்கு நன்றாக ஞாபகம் இருக்கிறது. அதற்குக் காரணம், அப்பொழுதுதான் அவள் முதல் தடவை கர்ப்பமாகியிருந்து "அபார்ஷனாகி" ஒரு தினுசான துயர மனோபாவம் பெற்றிருந்தாள் என்று சொல்லலாம். என்னைத் தன் பிள்ளையாகவே எண்ணி, எனக்கு எல்லாம் செய்யத் தயாராக இருந்தாள் என்று கூடச் சொல்லலாம், என்று எனக்கு இப்போது நினைத்துப் பார்க்கும் போது தோன்றுகிறது.

என் மாமாவைப் பற்றி அந்தச் சந்திப்பிலோ அதற்குப் "பிறகோ தனியாக எதுவும் எனக்கு ஞாபகம் இல்லை என்று தான் சொல்ல வேண்டும். ஏற்கெனவே அவர் உருவம் பற்றிச்

சொல்லி விட்டேன். அவரைப் பற்றிப் பிரத்தியேகமாக எதுவும் சொல்ல வேண்டும் என்று எனக்குத் தோன்றவில்லை. மாமி தான் அந்தக் குடும்பத்திலே சர்வாதிகாரி என்று சொல்ல வேண்டும். அந்த ஏகாதிபத்யத்தைத் துணிந்து எதிர்த்தவள் நல்ல பாட்டி ஒருத்திதான். ஆனால் அவர்களிருவருக்கும் சண்டை எதுவும் நடந்து நான் பார்த்ததாகவும் ஞாபகம் இல்லை. தனித்தனியாக இருவருமே வீட்டு யசமானரிடம் தங்கள் குறைகளைச் சொல்லிக் கொள்வார்கள். தாய் தன்னிடம் வந்து முறையிடும் போது, மாமா, "ஜானகி!" என்று கம்பீரமாகக் கூப்பிடுவார். அதற்குப் பிறகு, தேர் மாதிரி அசைந்து வந்து மாமி ஈஸிசேருக்குப் பக்கத்தில் நிற்பாள். மாமா, என்ன சொல்வாரோ, மாமி என்ன பதில் சொல்வாளோ எனக்குத் தெரியாது. என் பாட்டிக்கும் தெரியாது என்றுதான் எண்ணுகிறேன். இருவரும் ரகசியம் பேச ஆரம்பித்து விடுவார்கள்.

என் இரண்டாங் கிளாஸ் வாத்தியாருக்கும் பெரிய கிளாஸ் வாத்தியாரான என் மாமாவுக்கும் இடையே ஏதோ ஒரு மன வருத்தம் அதி சீக்கிரமே ஏற்பட்டுவிட்டது. என் வாத்தியார் வந்து ஒரு சமயம் என் மாமாவை இருபத்தைந்து ரூபாய் கடன் கேட்டது எனக்கு ஞாபகம் இருக்கிறது. மாமா கொடுத்தாரோ கொடுக்கவில்லையோ எனக்குத் தெரியாது. ஆனால் அதற்கு மறுநாள், நான் ஏதோ ஒரு கேள்விக்குச் சரியாகப் பதில் சொல்லவில்லை என்று என்னைப் பெஞ்சியின்மேல் ஏற்றிவிட்டார், என் வாத்தியார். மன்னார்குடியில் படித்த அவ்வருஷத்தில் பெரும் பகுதியை நான் பள்ளிக் கூடத்தில் பெஞ்சியின் மேல் நின்றேதான் கல்வி பயின்றேன். என் மாமா பணம் தர மறுத்ததற்காகவா என்னைப் பெஞ்சியின் மேல் நிறுத்திக் களித்தார் என் வாத்தியார்? அல்லது கடன் வாங்கி விட்டாரே. அந்தப் பாபத்துக்குப் பிராயசித்தமாக இவன் பெஞ்சி மேலே நிற்கட்டும் என்று எண்ணினாரோ அவர்? எனக்குத் தெரியாது. நான் ஒரு வருஷம் பூராவும் பெஞ்சியின் மேல் நின்றேன்; காரணம் எதுவுமில்லாமலே என்றுதான் எனக்கு ஞாபகம் இருக்கிறது.

யாரோ ஏதோ செய்து விடுகிறார்கள். அதன் விளைவுகள் எங்கேயோ, எப்படியோ தெரிகின்றன. மனிதன் கருமம் என்றும், விதி என்றும் ஏதோ சொல்லிக் கொண்டு தனக்குத் தானே ஆறுதல் தேடிக் கொண்டு காலம் தள்ளுகிறான்; நாட்களைக் கடத்துகிறான். காரண காரிய பந்தங்கள் எப்படிப்பட்டன, ஏன் உண்டாகின்றன. அவற்றைப் போக்க வழியென்ன என்று விசாரிக்கும் தீரம் மிகச் சிலருக்கே ஏற்படக்கூடும். அப்படித் தீரம் உள்ளவனும் கூட சிந்தனை யுடன் திருப்தி அடைந்து விடுகிறான். கண்டு கொண்ட உண்மைகளைக் கடைபிடிக்க யாருக்குமே தெம்பு உண்டாவதில்லை.

என் கால்களில் அப்போது போதிய வலுவிருந்தது. நான் தினமும் பெஞ்சியின் மேல் நின்றேன். வீட்டிலே அதைப் பற்றி யாரிடமும் சொன்னதில்லை நான். என் மாமாவுக்குத் தெரியவே தெரியாது அது பற்றி. பெஞ்சியின் உயரத்திலிருந்து நின்று கொண்டு என் வகுப்பு மாணவர்களின் தலைக்கு மேலே பார்ப்பதும் நல்லதென்றுதான் எனக்கு அப்போது தோன்றியிருக்க வேண்டும். அது எனக்கு மட்டுமே பிரத்தியேகமான ஒரு நோக்கு. அதைப் பகிர்ந்து கொள்ளுவதற்கு யாரும் வருவதில்லை. இன்று எனக்குள்ள தனி நோக்கும் அதே போலத்தான் என்று தோன்றுகிறது. வாழ்வில் வெற்றியையும் தோல்வியையும் கணிக்க முயலுகிற எனக்கு இந்த நோக்கு மிக மிக அவசியம் என்றே தோன்றுகிறது. வருஷம் பூராவும் என்னைப் பெஞ்சியின் மேல் ஏற்றி வைத்த அந்த வாத்தியார் வாழ்க என்று மனப்பூர்வமாக வாழ்த்துகிறேன்.

2. மாமாவும் மருமானும்

மனிதனுடைய நினைவு என்பதிருக்கிறதே, அதைக் களஞ்சியமென்று சொல்வதா, கடல் என்று கொள்வதா? நெல்லைப் போட்டு வைத்திருந்து களஞ்சியத்திலிருந்து தேவையுற்றபோது எடுத்துக் கொள்கிற மாதிரித்தான், மனிதன் நினைவுகளைச் சேகரித்து வைத்துக் கொண்டு, அவசியப்பட அவசியப்பட வெளிக் கொணருகிறான். இந்தக் களஞ்சிய விஷயத்தில் ஒன்றுதான் குறை. எப்போதுமே எதுவுமே நாம் எதிர்பார்க்கிற வரிசையில் வெளிவராது. நாம் எதிர்பாராத ஒரு விதியைப் பின்பற்றித்தான் மனிதனுக்கு நினைவுகள் ஏற்படுகின்றன. ஒரு விஷயத்தை, ஒரு முகத்தை, ஒரு பெயரை, ஒரு அல்ப சமாசாரத்தை ஒரு சமயத்தில் நாம் விரும்பி மனத்துக்குக் கொணர முயலும்போது, அது குளிக்க இழுத்துக் கொண்டு போகும் நாய்க் குட்டியைப் போலப் பின்னங்கால்களை ஊன்றிக்கொண்டு அசைய மறுத்துவிடும். வேண்டாதபோது அநாவசியமாகத் துருத்திக் குறுக்கிடும். இதெல்லாம் பற்றி யோசித்தால் நினைவுக் கடல் என்று சொல்வதுதான் பொருந்தும் என்று கூடத் தோன்றுகிறது. கடலின் அலைகள் ஒரு கணக்கிலும் அகப்படா. முத்துக் குளிப்பவன் கிளிஞ்சல்களைத் தவிர வேறு எதையுமே பல தடவைகள் வெளியே கொண்டு வர மாட்டான். திடீரென்று ஒரு பிடி கிளிஞ்சலில் ஒன்பது முத்துக்கள் சிதறி விழுவதும் உண்டு.

என் நினைவுகளை ஒழுங்குபடுத்திச் சொல்ல முயல்வது வியர்த்தமான காரியம் என்றே தோன்றுகிறது. ஒரு வரிசையாகத்தான் சொல்ல வேண்டும் என்று நான் முயன்றாலும், எனக்கு ஆதாரமான என் நினைவு அந்த வரிசைக்கு உட்பட மறுக்கும்போது நான் என்ன செய்ய?

நினைவுகள் முண்டிக் கொண்டு வருகிற வரிசையிலேயே சொல்கிறேன். அதுவும் கவர்ச்சியாக இராது என்று யார் சொல்ல முடியும்?

என் மாமாவுக்கு என்னைத் தவிர இன்னும் ஒரு மருமானும் உண்டு. அவன் பெயர் கண்ணப்பன். என் அப்பா சர்க்கார் உத்தியோகஸ்தர்; இங்கிலீஷ் படித்தவர். அவன் அப்பா வெற்றிலை பாக்குக் கடைக்காரர். மண்டை மண்டையாகக் கையெழுத்துப் போடுவதைத் தவிர தமிழில் அவருக்கு வேறு ஒன்றும் தெரியாது, சொத்து சுதந்திரமும் இல்லாதவர். இவரைப் பற்றி அதிகமாகத் தான் கவலைப் பட்டால் தனக்கும் அந்த மாதிரி ஒரு கதி நேர்ந்து விடுமோ என்று பயம்போலும் என் மாமாவுக்கு. மாமா வேங்கடாசலமோ, மாமி ஜானகியோ எனக்குத் தெரிந்து அந்த குடும்பத்தைப் பற்றிப் பேசமாட்டார்கள். ஏன்? உறவு முறையில் என் தகப்பனாரும், கண்ணப்பனின் தகப்பானரும் மாமாவைப் பற்றிய வரையில் ஒன்றுதான். என் தகப்பனார் என் மாமாவுக்கு அக்காள் புருஷன், கண்ணப்பனின் தகப்பனார் அவர் தங்கை புருஷன்.

என் மாமாவுக்குத் தங்கையிடமோ அக்காளிடமோ குறைந்த பிரியம் என்று சொல்ல அதிகப் பிரியம் முடியாது. இருவரிடமும் ஒரே மாதிரித்தான் பிரியமும் பிரியமில்லாமையும்.

இதில் ஜானகி மாமி இட்டதைத்தான் சட்டமாக மாமா ஏற்றுக் கொண்டார் என்று எனக்குத் தோன்றுகிறது. காரணமே இல்லைதான் இதற்கு. ஆனால் காரணம் உண்டோ இல்லையோ, உள்ளதைச் சொல்லித்தானே ஆக வேண்டும்? எனக்குத் தெரிந்த வரையில், என் அப்பா சர்க்கார் உத்தியோகத்திலிருந்தது ஒன்றுதான் எங்களிடம் மாமாவும் மாமியும் பிரியமாக இருந்ததற்குக் காரணம் என்று. இப்போது எண்ணிப் பார்க்கும் போதுகூட எனக்குத் தோன்றுகிறது. மாமாவும் சர்க்கார் உத்தியோகம் தேடிக் கொண்டிருந்தார் அப்போது.

சாதாரணமாக எல்லாருமே வாழ்க்கையை நடை முறை என்றும், லக்ஷ்யமென்றும் பிரித்துக் கொண்டு விடுகிறார்கள். தினசரி நடப்பு என்றும், தருமம் என்றும் பிரித்துக் கொண்டு விடுகிறார்கள். இந்தப் பிரிவினை இல்லா விட்டால் வாழ்க்கை சாத்தியமாவதே இல்லை போலும். லக்ஷ்யத்திலிருந்தும், தர்மம் என்று சொல்லப் படுவதிலிருந்தும் நடைமுறையைப் பிரித்து வைத்து அதற்கேற்ப நடந்துவிடுவது சௌகரியமாக இருந்தது; சுலபமாக இருந்தது. சிக்கலான பிரச்னைகளைக் கூட "நடக்க வேண்டியது இப்படித்தான். ஆனால், அது லக்ஷ்யம். நடக்கக் கூடியது இதுதான்'' என்று சுலபமாக்கி நடந்து விடுகிறவர்கள் தான் வாழ்க்கையிலே வெற்றி பெறுகிறார்கள்.

என் தந்தை நல்ல உத்தியோகத்தில் இருந்தார். பணத்துக்கோ பதவிக்கோ பஞ்சமில்லை. நானே தான் அதைச் சொல்லுகிறேன் என்றாலும், எனக்குப் படிப்பும் நன்றாக வந்தது. அம்மாவும் சாப்பாட்டுக்கும் துணிக்கும் இருக்குமிடத்துக்கும் கஷ்டம் வராமல் சௌகரியமாக இருந்தாள். நான் ஒரே பிள்ளை. இருந்தும் எனக்குத் தான் மாமாவும் மாமியும் போட்டி போட்டுக் கொண்டு எல்லாம் செய்தார்களே தவிர, அந்த மருமானுக்கு எதுவும் செய்ததில்லை என்றுதான் சொல்ல வேண்டும். கண்ணப்பனின் அப்பா ஜீவனம் வெற்றிலை பாக்குக் கடையின் உதவியால் ஓடிக் கொண்டிருக்கிறது. மாதத்தில் பத்து இருபது வருவாய் வந்தாலே சிரமம். என் சித்தி உடுக்கத் துணியில்லாமல், இருக்க ஒரு ஓட்டைக் குச்சு வீடு தவிர வேறு எதுவும் இல்லாமல், பாதி நாள் உண்ணப் போதிய உணவு இல்லாமல், இரண்டு வருஷத்துக்கு ஒரு குழந்தையைப் பெற்றெடுத்து, நாலு வருஷத்துக்கு ஒன்றைப் பறிகொடுத்துக் கொண்டு, கஷ்டப்பட்டுக் கொண்டிருந்தாள். மீனாச்சி சித்திக்கும் கண்ணப்ப அண்ணனுக்கும் மாமா செய்வது நியாயம்தானா என்று நான் சிறுவனாக இருக்கும் போதே நினைத்துக் கொள்வேன். ஆனால் அதை வாய் விட்டுச் சொல்வதில் அசௌகரியங்கள் உண்டு என நான் எப்படியோ

தெரிந்து கொண்டிருந்தேன். நடைமுறை, லக்ஷயம் என்கிற பிரிவினை சகவாஸ தோஷத்தால் என்னையும் ஆட் கொண்டு விட்டது போலும்.

ஏழைமை என்பது என்ன, ஒட்டுவாரொட்டியா? தன் தங்கை மகனேதான் என்றாலும், ஏழையானதனால் அவனைக் கொண்டு வந்து வைத்துக் கொண்டு செய்தால், தங்களையே அமுக்கி விடுவான் என்று எண்ணினார்கள், அவன் தங்கள் மேலே பாரமாக ஏறி உட்கார்ந்து கொண்டு மாமாவும் அம்மாமியும். அப்படித்தானே தோன்றுகிறது இப்போது சிந்தித்துப் பார்க்கும் போது?

மனுஷ்யனாகவே சிருஷ்டித்துக் கொண்டதுதான் இந்த ஏழைமை என்கிற வியாதி. அதைக் கண்டு ஏன் மனிதன் இப்படிப் பயப்படுகிறான்? கிட்ட நெருங்கினால் ஒட்டிக் கொள்ளும் என்கிறது மாதிரி, ஒதுங்கி ஓடுகிறானே? ஏன்? தருமம், நீதி, நியதி என்பவையெல்லாம் அறிந்து படித்தவர்கள் கூட இப்படி நகர்ந்தால் வியாதி அதிகரிக்காமல் என்ன செய்யும்?

ஒரு தரம் நான் மன்னார்குடியில் இரண்டாம் வகுப்பில் பெஞ்சியின் மேல் நின்றுகொண்டிருந்த வருஷம் என் சின்னம்மா மீனாச்சியும் அவள் மூத்த பிள்ளை கண்ணப்பனும் அங்கு வந்தார்கள். கண்ணப்பனுடைய சிக்குப் பிடித்த தலையையும், ஒட்டுப் போட்ட சட்டையையும் பார்த்த எனக்கு என்னவோ போல இருந்தது: ஆனால் அவன் வேட்டி மடியை முறுக்கிக் கொண்டே "கஜன ஜீவனா" என்று உத்ஷாகமாக ஊதிக் கொண்டிருந்தது பிடித்திருந்தது. நானும் அதுமாதிரி ஊதிப் பார்த்தேன். அதே சமயம் வேட்டி மடியையும் பிடித்து முறுக்கினால்தான் ஊதவரும் என்றான் கண்ணப்பன். வேட்டி மடியைப் பிடித்து நன்றாகவே முறுக்கினேன். அப்படியும் எனக்கு ஊத வரவில்லை.

கண்ணப்பன் எனக்கு நாலு வருஷங்கள் மூத்தவன். ஆனாலும் நாலாங் கிளாஸ்தான் படித்துக் கொண்டிருந்தான். "அப்பா சம்பளங்கட்ட மாட்டேங்கறார்" என்பான் அவன்.

நானும், “நாலு வருஷத்தில் இரண்டு கிளாசுக்கு மேல் பாஸ் செய்வதில்லை" என்று அவனுக்கு ஆறுதலாகச் சத்தியம் செய்தேன்.

"ராஜா, அந்த வண்டி அசட்டோடு பேசாதேயடா! நீயும் அசடும் அழுக்குமாகிவிடுவாய்” என்றாள் மாமி.

ஆனால் மாமிக்குக் கோலியாடத் தெரியாது; பம்பரம் சுற்றத் தெரியாது; பலிங் சடுகுடுப் பாட்டுகள் தெரியாதே! இவ்வளவும் எனக்குக் கற்றுக் கொடுத்தவன் கண்ணப்பன். நான் கண்ணப்பனுடன் சேர்ந்து அசடானேனோ அழுக்கானேனோ எனக்குத் தெரியாது. யாருடனும் கலக்காமல் ஒருவனாகவே இருந்து மூலையில் உட்கார்ந்து கிடக்கிற பழக்கம் கண்ணப்பன் வந்ததோடு எனக்குப் போய்விட்டது. ஆறேழு மாதங்களில் நான் சுற்றுவட்டாரத்துப் பிள்ளைகளில் யாரையுமே அதுவரை சந்தித்தது கூடக் கிடையாது. வந்து ஆறேழு நாட்களுக்குள்ளாக அவர்கள் எல்லாரையுமே ஒரு பத்துப் பதினைந்து பேர்வழிகளை, கண்ணப்பன் தான் அறிந்து கொண்டது மட்டுமல்ல. எனக்கும் அறிமுகம் செய்து வைத்து விட்டான். அதற்குப் பிறகும் நான் அசடாகி விடவில்லையென்றுதான் எண்ணுகிறேன். ஆனால்; தினமும் வேட்டி சட்டையை அழுக்காக்கிக் கொண்டுதான் வீடு திரும்புவேன்.

"காலிலும் கையிலும் இருக்கிற அழுக்கை அலம்பி விட ஒரு கட்டி சோப் வேண்டும்" என்பாள் மாமி.

"என்னைச் சொல்றயே.. கண்ணப்பனுக்கு ரெண்டு கட்டி சோப் வேண்டுமே" என்பேன் நான்.

மாமிக்கு அந்தப் பேச்சுப் பிடிக்காது. கண்ணப்பன் பேச்சையே அவள் எடுக்க மாட்டாள். ஒருநாள் “கண்ணப்பன் இன்னும்

இரண்டு நாளில் ஊருக்குப் போய் விட்டானானால் நீ மறுபடியும் கெட்டிக்காரனாகி விடுவாய்" என்றாள் மாமி. எவ்வாறு என்பது எனக்குத் தெரியவில்லை. அசடு கெட்டிக்காரனாக ஆவது அப்படியெல்லாம் சுலபமான காரியமாக எனக்குத் தோன்றவில்லை. ஆனால், கண்ணப்பன் ஊருக்குப் போகிறான் என்ற செய்தி என் கண்களைக் கலக்கிற்று. "சின்னம்மா போகட்டும். கண்ணப்பன் மட்டும் இங்கிருக்கட்டும் மாமி" என்று சொல்லிப் பார்த்தேன்.

"ரெண்டு பேருமே போகட்டும், சீக்கிரம் போகட்டும்" என்றாள் மாமி, பல்லைக் கடித்துக் கொண்டு.

"ஏன் மாமி அப்படிச் சொல்றே! கண்ணப்பன் நல்லவன் மாமி. பள்ளிக் கூடத்துச் சம்பளத்தை மட்டும் சரியாகக் கொடுத்தால் நன்றாகப் படிப்பான் மாமி" என்று சொல்லிப் பார்த்தேன்.

"உனக்குத் தெரியாத விஷயத்திலெல்லாம் நீ தலையிடாதே?" என்றாள் மாமி சற்றுக் கடுமையாகவே.

ஆமாம். உண்மைதான். எனக்கு அப்போதும் தெரியவில்லை; இப்போதும் தெரியவில்லைதான். உலகத்தில் எதையோ வைத்து எதையோ மதிப்பிடுகிறார்கள். எதையோ இல்லாததை யெல்லாம் வைத்து முக்கியமானதையெல்லாம் மதிப்பிட்டு முடிவு கட்டி விடுகிறார்கள். ஏன், எப்படி, எதற்காக, என்றெல்லாம் என்னால் இன்னமும் கண்டு கொள்ளத்தான் முடியவில்லை. அன்று சிறு பையனாக இருந்தபோது மட்டும்தான் என்றில்லை, இப்போதும் கூட என்னால் பல விஷயங்களைத் தெளிவாகக் கண்டு அறிந்து கொள்ள முடியவில்லை. உலகிலே நடப்பதைக் காண்கிறேன். ஆனால் கண்டதற்குக் காரணங்கள், ஆதாரங்கள் அறிய முடியவில்லை. மனிதர்கள் இப்படித்தான் இருப்பார்கள். இது மனித சுபாவத்தின் அடிப்படை என்பதைத் தவிர எனக்கு வேறு ஒரு காரணமும் தோன்றவில்லை உலகில் நடக்கிற அநீதிகளுக்கெல்லாம்.

பணக்காரனிடம் பணம் சேருகிறது. ஏழையினிடம் படிப்படியாகப் பணம் குறைகிறது. கண்கூடாக இது தினமும் காண்கிற விஷயம்தான். பணக்காரனுக்கு உதவ, பாங்குகள் முதல், தனி மனிதர்கள் வரையில் எல்லோருமே தயாராக இருக்கிறார்கள். உறவினர்கள் போட்டி போட்டுக் கொண்டு, இந்த லாபமில்லாத உதவியை ஒரு ஏழை உறவினனுக்குச் செய்தால், அந்த ஏழை உறவினன் ஏழைமை நீங்கா விட்டாலும், அன்புடனும் ஆதரவுடனும் ஒரு கவலை நீங்கி யிருக்கமாட்டானோ? உதவி தேவையாகிற இடத்திலே, உதவி தேவைப்படுகிற காலத்திலே கிடைக்கக் கூடாது என்பதுதான் ஈசுவர சிருஷ்டியின் நியதியா? உடையவர்கள் என்றும் உடையவர்களாகவே இருக்க வேண்டும் என்பதற்காக மனிதன் தானாக ஏற்படுத்திக் கொண்ட ஒரு நடைமுறையோ இது! அப்படியும் நடந்து விடுவதில்லையே? உள்ளவன் ஒன்றும் இல்லாதவனாகப் போவதையும், உடனே அவனை உற்றாரும் உறவினரும் விட்டு நீங்குவதையும் நாம் சகஜமாக உலகிலே காண்கிறோம் அப்படியும் உள்ளவர்களுக்கோ, உற்றார் உறவினர்களுக்கோ அறிவு ஏற்படுவதில்லையே, அது ஏன்?

சின்னம்மா ஒரு காரணமாகத்தான் அண்ணன் வீடு தேடி வந்திருந்தாள் என்று கண்ணப்பன் கிளம்புகிற அன்றுதான் எனக்குத் தெரிந்தது. அவள் புருஷனுக்குக் காச நோய் கண்டிருந்தது. அவள் புருஷனுக்குக் கவனிக்க முடியவில்லை. மாதா மாதம் வந்து கொண்டிருந்த பத்திருபதிலும் மண் விழுந்துவிட்டதனால் நாலைந்து குழந்தை குட்டிகளை வைத்துக் கொண்டு சித்தி என்ன செய்வாள், பாவம்? புருஷனுக்கு வைத்தியம் செய்து, இன்னும் கொஞ்சம் முதல் போடவும் ஒரு இருநூறு ரூபாய் பணம் வேண்டும்; அண்ணன் கொடுக்க மாட்டானா என்று வந்திருந்தாள். இடுப்பில் சூம்பிய முகமும் பெருத்த வயிறுமாக ஒரு குழந்தையுடன் அவள் நின்ற காட்சியே பரிதாபமாக இருந்தது.

எனக்குப் பரிதாபமாக இருந்து என்ன லாபம்? அன்றும் என்னிடம் பணம் இல்லை. நாற்பது வருஷங்கள் கழித்து

இன்றும் என்னிடம் பணம் இல்லைதான். சின்னம்மா மீனாச்சி இறந்து போய் எத்தனையோ வருஷங்களாகி விட்டன. அவள் இடுப்பில் வயதுக்கு மீறிய தொந்தியுடன் எச்சில் வழிய உட்கார்ந்திருந்த அந்தக் குழந்தையும் இந்தத் துயரம் நிறைந்த உலகிலே அதிக நாள் தங்கவில்லை; ஐந்தாவது வயது வருவதற்குள் அதன் வாழ்க்கையும் முடிந்து விட்டது. ஆனால், மீனாச்சிகளைப் போன்றவர்களுக்கும், அவள் குழந்தைகளைப் போன்றவர்களுக்கும், இன்னமும் உலகிலே குறைவில்லையே? இன்னமும் முடியவில்லையே என்று சில சமயம் நான் அவர்கள் துயரத்தையும் பணம் கொண்டு துடைக்க என்னால் நினைப்பதுண்டு. ஆனால் அதே சமயம், “என்ன அகம்பாவம் இது? அவர்கள் துயரத்தையெல்லாம் துடைக்க முன் வர நான் யார்? பணம்தான் துடைக்குமா?... சரி... துயரங்களைத் துடைப்பது யார்?" என்று சிந்தித்துக் கொள்வேன்; சமாதானமடைவேன். என் அல்ப காரியங்களில் மனத்தைச் செலுத்தி விடுவேன்.

என் மாமாவிடம் அப்போதும் பணம் இருந்தது. மேலும் பணம் சேர்ந்து கொண்டிருந்தது. தன் தங்கை கேட்ட பணம் இருநூறையும் கொடுக்க அவருக்கு மனமில்லாவிட்டாலும் ஐம்பது அறுபதாவது கொடுத்து அனுப்பலாம் என்று தான் அவர் எண்ணினார்.

"ஐம்பது அறுபது கொடுத்தால் போதாது அவருக்கு" என்று மரியாதையாகத் தான் கணவனின் தங்கையைப் பற்றிச் சொன்னாள் மாமி.

"அப்படிச் சொன்னால்.. இருநூறையும் கொடு என்கிறாயா?" என்றார் மாமா.

"அதெப்படி முடியும்? நம்மிடம் இருநூறு இருந்தால் தானே அதைப் பிற்காலத்தில் உபயோகப்பட ஐந்து வருஷத்தில் நானூறாக்கலாம்?"

"பின்னே, என்ன சொல்லுகிறாய்?"

"பத்து ரூபாய் கொடுத்தனுப்புங்கோ. என்னை வந்து புத்தி கேக்கறேளே. கொட்டிக்கிடக்கு என்று பெண்டாட்டியைக் கையாலாகாதவன் இங்கு அனுப்பினானாம்! இன்னொரு கைலாகாதவன் என்னை வந்து யோசனை கேட்கிறானாம்!" என்றாள் மாமி கம்பீரமாக.

இந்த வார்த்தைகள் பல வருஷங்களுக்குப் பிறகு எனக்கு இப்போது ஞாபகம் வருகின்றன. என் மாமியின் அந்தக் கம்பீரமான வார்த்தைகள் எப்படிப்பட்டவை என்பதைப் புரிந்து கொள்ள எனக்கு அப்போது வயது போத வில்லை. நாளடைவில்தான் நான் அதை அறிந்து கொண்டேன். "பிற்காலம்" என்று சொல்லும்படியானதற் கெல்லாம் அஸ்திவாரமாக அமைந்தவை அந்த வார்த்தைகள் என்பதை நான் பின்னர் பல வருஷங்களுக்குப் பிறகுதான் புரிந்து கொண்டேன். அப்போதே மாமாவும் மாமியும் தங்கள் வாழ்க்கை லக்ஷயத்தைத் தெளிவு செய்து கொண்டு விட்டார்கள். அதன்படி நடக்க அவர்கள் இனித் தயங்க மாட்டார்கள்.

மாமா ஒரு பத்து ரூபாய் நோட்டை எடுத்துக் கொண்டு போய்த் தன் தங்கையையும் மருமகனையும் ரெயிலேற்றி விட்டு வந்தார். மன்னார்குடியிலிருந்து சிதம்பரத்துக்கு ஒன்றரை டிக்கட் வாங்கிக் கொடுத்தார்.

'எத்தனை கொடுத்தேள்'' என்று மாமாவைக் கேட்டாள் மாமி.

"டிக்கட் வாங்கிக் கொடுத்தேன். பையன் கையில் வெள்ளிப்பணமாக ஒரு ரூபா கொடுத்தேன்" என்றார் மாமா... சபாஷை எதிர்பார்க்கும் குரலில்.

ஆனால் மாமி "சபாஷ்" சொல்லவில்லை; அதற்கு அவசியம் இல்லை.

3. 93-12-0

சிருஷ்டி தத்துவம் மிகவும் விசித்திரமானது. மனிதன் தான், சிருஷ்டித்துக் கொண்டு சௌகரியம் என்று ஏற்றுக் கொண்ட ஒரு விஷயத்துக்கு அடிமைப்பட்டுக் கிடக்கிறானே என்று எண்ணும்போது ஆச்சரியமாகவே இருக்கிறது, பிராணி களிலே மனிதன்தான் அறிவுள்ளவன் என்று சொல்கிறார்கள். சிந்தித்துப் பார்க்கும்போது அவன் அப்படி ஒன்றும் அறிவுள்ளவன் மாதிரித் தோன்றவில்லை.

மனிதன் தன்னுடைய தினசரி அலுவல்களில் சௌகரியத்துக்காகப் பணம் என்ற ஒன்றைப் படைத்துக் கொண்டான். உண்மையில், அந்தரங்க மதிப்பு எதுவுமிலாது, இருக்க முடியாத, பொய்யான அந்த ஒரு தத்துவத்துக்கு அவன் இன்று பலியாகிவிடுகிறான். நாகரிகம், சுதந்திரம் என்று சொல்லிக்கொண்டு அவன் பணத்துக்கு அடிமைப்பட்டுக் கிடக்கிறான். எல்லோரும் அடிமைகளாக இருக்கும்போது நான் மட்டும் சுதந்திரமாக இருந்தால், பைத்தியக்காரன் என்று என்னை உலகம் சொல்லாதா என்று கேட்காமல் கேட்கிறான்.

பணத்தை ஒரு லக்ஷ்யமாக எண்ணாமல் வாழ்க்கை நடத்த முயலுகிறவனை உலகம் பைத்தியக்காரன் என்றுதான் மதிக்கிறது. பொருளில்லார்க்கு இவ்வுலகமில்லை என்று சுட்டிக் காட்டுகிறது. சில சமயம் சந்திக்கும்போது, இதைக் கலியுகம் என்று சொல்வதற்குப் பதில், பணயுகம், பொருளாதார யுகம் என்று சொல்லலாம் என்று தோன்றுகிறது. அடிமைப்பட்டுக் கிடப்பதில் வருத்தத்துக்குப் பதில் ஆனந்தத்தையே மனிதன் காணத் தொடங்கிவிட்டால் அதை என்ன வென்று சொல்வது?

மன்னார்குடியில் பள்ளிக்கூட வாத்தியாரான என் மாமாவுக்கு என்ன சம்பளம் வந்தது? எனக்குத் தெரியாது. அதற்குப் பிறகு கும்பகோணத்தில் ஒரு பள்ளிக்கூடத்தில் ஒரு வருஷம் வாத்தியாராக இருந்தார் மாமா. அப்பொழுதும் மாமாவுக்கு என்ன சம்பளம் என்று எனக்குத் தெரியாது. ஆனால், நான் மாமா வீட்டுக்குப் போய்ச் சேர்ந்த மூன்றாவது வருஷம் மாமாவுக்கு சர்க்கார் கல்வி இலாகாவிலே வாத்தியார் வேலை கிடைத்து விட்டது. கைலாயம், வைகுந்தம் என்கிற இடத்தில் தனக்கென்று ஒரு நிரந்தரமான அம்மாமியும் மற்றவர்களும் அதுபற்றி ஆனந்தப்பட்டார்கள். சர்க்கார் உத்தியோகம் என்ற சாயுயஜ் முத்திரை எம்.ஏ. என்கிற பட்டத்தின் விளைவாகத் தனக்குக் கிட்டியபிறகு யாரும் தனக்கு நிகரில்லை என்று மாமா எண்ணுகிற மாதிரித்தான் இருந்தது;

"ராஜாவும் மாமா மாதிரி எம். ஏ. பாஸ் பண்ணிச் சர்க்கார் உத்தியோகத்திற்கு வந்துவிட வேண்டும்" என்று என்னை ஆசீர்வதித்தாள் மாமி.

எனக்கும், இதற்கு அந்த நாட்களில் சொல்ல ஆக்ஷேபம் ஒன்றும் தோன்றவில்லை. மாமாவுக்குச் சர்க்கார் வேலை கிடைத்ததற்காகச் சாத்தனூர்க் கோயிலிலும், கும்பகோணம் கோயில்கள் இரண்டிலும் நடந்த அபிஷேக அர்ச்சனை விஷயங்களில் நானும் மனப்பூர்வமாக ஈடுபட்டேன். உத்தியோக ஆர்டர் வந்த அன்று மாமாவும் அம் மாமியுமாகச் சேர்ந்து நின்று கொண்டு ஒரு போட்டோ எடுத்துக் கொண்டார்கள். அந்தப் போட்டோவில் மாமியின் கையைப் பிடித்துக் கொண்டு நானும் நிற்கிறேன். ஜிகினா வேலை செய்த ஒரு மூடிய நீலக்கோட்டு, தலையிலே ஒரு நீலக்குல்லா; அதிலும் ஜரிகையிருந்தது என்று எண்ணுகிறேன். நெற்றியிலே வழிந்த எண்ணெய்க்கு மத்தியில் ஒரு சிறிய சாந்துப் பொட்டு. இடுப்பிலே கோணலும் மாணலுமாகக் கட்டியிருந்த ஒரு பட்டுக்கரை வேட்டி. போட்டோவில் என்னுடைய இந்தத் தோற்றத்தை இப்பொழுது நினைத்துப் பார்த்துக் கொண்டால் கூட எனக்குச் சிரிப்பு வருகிறது. அப்படி இருந்த நான், என் மாமாவின் கணக்குப்படி, என் மாமியின் பராமரிப்புப் படி,

வெற்றி பெற வேண்டியவனின் சின்னங்கள் எல்லாம் பூரணமாகப் பெற்றிருந்தேன் நான். ஏன், எப்போது, எப்படி இப்படி ஆனேன் என்பது எனக்கே ஆச்சரியமாக இருக்கிறது. என் வாழ்விலே எந்தச் சமயத்திலே வெற்றி வேண்டாம், என் மாமாவைப் போன்ற பெற்றி பெறுவதைவிட வெற்றி என்பது இல்லாமலே இருந்து விடலாம் என்று எனக்குத் தோன்ற ஆரம்பித்தது என்று சொல்லத் தெரியவில்லை.

அந்தப் போட்டோவில் உள்ள என்னைப் பற்றி மட்டும் சொன்னால் போதுமா? மாமாவையும், மாமியையும் பற்றிச் சொல்ல வேண்டாமா! அம்மாமி மாமாவைவிட மூணங்குலம் உயரமாக, இரண்டு சுற்றுப் பருமனாகப் படத்திலே காட்சி அளிக்கிறாள். ஒரு சாண் அகலம் ஜரிகையுள்ள பட்டுப் புடவையைப் பொம்மைக்குச் சுற்றுவது போலச் சுற்றிக் கொண்டிருக்கிறாள். கழுத்திலே பத்து வடம் சங்கிலிகள். கைகளிலே ஆறு ஆறு வளையல்கள். நீளத்தில் ஐம்பதங்குல இடுப்புக்கு தங்க ஒட்டியாணம். காதிலே நல்ல பளிச் சென்று சிவப்புத் தோடு. திருவாரூர் போன பிறகு தான் வைரத் தோடு வாங்கிக் கொண்டாள் மாமி என்று எண்ணுகிறேன்.

கம்பீரமாக நிமிர்ந்து நிற்கிறார் மாமி, மாமா பக்கத்திலே பயந்து ஒடுங்கி நிற்கிறார் அந்தப் போட்டோவிலே. பயந்து ஒடுங்கி என்று நான் சொல்வது தவறுதான். அவர் காத்திரமே அவ்வளவுதான். அம்மாமிக்குப் பக்கத்தில், யார் நின்றாலுமே, பயந்து ஒடுங்கி நிற்கிற மாதிரித் தான் இருக்கும். சந்தேகம் என்ன? தலையில் டர்பனுடன், மூடிய கோட்டுப் பையில் பேனாவுடன் நிற்கிற மாமாவைச் சாக்ஷாத் பள்ளிக்கூட உபாத்தியாரின் நிரந்தர உருவம் என்று போற்றத்தான் வேண்டும். கையில் பிரம்பில்லை. ஆனால், மாமா யாரையும் பிரம்பெடுத்து அடித்ததாக எனக்குத் தெரியாது. வீட்டிலே பயந்த சுபாவமுள்ள அவர், பள்ளிக்கூடத்திலேயும் அப்படித்தான். யாராவது இடக்கான மாணவன் பதில் சொல்ல முடியாத, விஷமக் கேள்வி தன்னைக் கேட்டுவிட்டால் என்ன பண்ணுவது என்று பயந்த மாதிரியே இருப்பார், எப்போதும்.

நான் மாமாவிடம் எந்தப் பாடமும் படித்ததில்லை. எனக்கு எங்கே எந்த விஷயத்தில் சந்தேகம் வந்தாலும் அதே இடத்தில் அங்கேயே சந்தேகம் வந்துவிடும் மாமாவுக்கும்.

இத்தனை ஆர்ப்பாட்டங்களுக்கும் பிறகு, கோயில்களில் அர்ச்சனை அபிஷேகங்கள், உற்றார் உறவினர்களுக்குக் கடிதங்கள், மாமா அம்மாமி போட்டோ எல்லாவற்றிற்கும் பிறகுதான். எனக்கு இரண்டு முக்கியமான விஷயங்கள் தெரியவந்தன. ஒன்று, மாமாவும் அம்மாமியும் சேர்ந்து என் அதிர்ஷ்டத்தால்தான் மாமாவுக்கு அந்த உத்தியோகம் அவ்வளவு சுலபமாகக் கிடைத்தது என்று தீர்மானித்து விட்டார்கள் என்பதாகும். அதனால் எனக்கு மாமியிடம் சலுகையும் செல்லமும் அதிகரித்தது. இரண்டாவது, இந்தப் பிரமாதமான வேலைக்கு மாதச் சம்பளம் வள்ளிசாக *93-12- 0* தான். மேலே போகப் போக உயரும். ஆனால் என்ன கணக்கு எப்படிப் பண்ணி இந்த ரூ. *93-12- 0* என்று தந்தார்கள் என்பது எனக்கு அப்போதும் தெரியவில்லை. இப்போதும் தெரியவில்லை என்று நான் ஒப்புக் கொள்ளத் தான் வேண்டும்.

ஆனால் எனக்கு எப்போதுமே பண விஷயங்களில் அவ்வளவாகப் போதாது என்றும் சொல்ல வேண்டும்.

சமீபத்தில் நான் ஒரு ஒரு சுவாரசியமான அமெரிக்கப் புஸ்தகம் ஒன்று பார்த்தேன். அந்தப் புஸ்தகத்தின் தலைப்பு "நான் எப்படி லக்ஷாதிபதி யானேன்?" என்பதுதான். எனக்கு ஒன்றும் லக்ஷாதிபதியாகிற உத்தேசம் இல்லாவிட்டாலும். அதில் என்னதான் சொல்லியிருக்கிறது என்று பார்க்கலாமே என்று ஒண்ணரை ரூபாயும் அரையணாவும் கொடுத்து அந்தப் புஸ்தகத்தை வாங்கினேன். அதில் இருபது முப்பது லக்ஷாதிபதிகள் தங்களுக்குப் பணம் எப்படிச் சேர்ந்தது என்பதை விவரித்திருந்தார்கள். ஒருவன் எல்லோரும் உபயோகித்து விட்டு எறிந்து விடுகிற தகர டப்பாக்களை யெல்லாம் பொறுக்கி எடுத்து, வேறுவிதமான உருவங்களாகச் செய்து, லக்ஷாபதியானான். ஒருவன் பெண்களுடைய

தேவைப் பொருள்களில் ஒன்றை உற்பத்தி செய்து லக்ஷாதி பதியானான். இப்படியாகப் பல கதைகள் இருந்தன, அந்த நூலில்! ஆனால், அவர்களில் ஒருவராவது மாதச் சம்பளம் தொண்ணூத்திமூணே முக்கால் ரூபாயில் லக்ஷாதிபதியாவது என்று விவரிக்கவேயில்லை.

உத்தியோகத்தில் சேர்ந்து பன்னிரண்டு வருஷங்கள் பூராவும் மாதம் தொண்ணூத்தி மூனேமுக்கால் ரூபாய் சம்பளத்தில்தான் இருந்தார் மாமா. சம்பளம் உயர வேண்டும் என்று செய்து கொண்ட பிரார்த்தனைகளைக் கல்வி இலாகா ஏற்றுக் கொள்ளவில்லை. சர்க்கார்தான் ஏற்றுக் கொள்ள வில்லையென்றால் சாத்தனூர்க் கோயில் சிவபெருமானும் அந்தப் பிரார்த்தனைகளுக்குச் செவி சாய்க்கவில்லை. சிவனிடம் வந்த கோபத்தில் மாமா முருக பக்தனாகி விட்டார். அவ்வளவு தான் லாபம்! "வேலும் மயிலும் துணை" என்று முதல் வரி எழுதாமல் கடிதம் கூட எழுத மாட்டார். மாதம் ரூ. 93-12- 0 ல் எப்படிக் குடித்தனம் நடத்துவது? எப்படிப் பணம் மீதம் பிடிப்பது? எப்படி லக்ஷாதிபதியாவது?

எனக்குத் தெரியாது. மாமாவைத்தான் கேட்க வேண்டும். ஆனால், மாமாவைக் கேட்டால் என்ன செய்வார் பாவம்."எனக்குத் தெரியாதப்பா! அதெல்லாம் ஒன்றும் எனக்குத் தெரியாது, உண்மையிலேயே உனக்கு அதுபற்றித் தகவல் உபயோகமான தகவல், ஏதாவது வேண்டுமானால்; அம்மாமியைக் கேள்" என்பார்.

அம்மாமி என்ன சொல்வாள்? "போதுமென்ற மனத்துடன் பிறர் பொருளுக்கு ஆசைப்படாதிருந்தால், தானே கடவுள் கொடுப்பார்" என்பாள்.

போதுமென்ற மனமா?

பிறர் பொருளுக்கு ஆசைப்படாதிருப்பதா?

கடவுளா கொடுப்பார்?

மனிதன் தன்னையே ஏமாற்றிக் கொள்வதில் எவ்வளவு சமர்த்தனாக இருக்கிறான்? தவறு செய்பவனைப் போல நியாயமும் தத்துவமும் பேசுவதில் தீவிரமுள்ளவன் காரியங்களைச் செய்பவன். கடவுளைக் கூப்பிடுகிற அளவு வேறு யாரையும் காண முடியாது, கடவுளும் சாதிக்காத சாதாரண வாழ்வு வாழ்கிற எவனும் கூப்பிடுவதில்லை. தர்மம், நியாயம் என்பவற்றின் பெயரால், உலகில் நடக்கிற அதர்மங்களும் அநியாயங்களும் கணக்கு வழக்கில் அகப்படா. அப்போது நான் சின்னப் பையன்தான், இரண்டாவது வகுப்பில் வருஷம் பூராவுமே பெஞ்சின் மேல் நின்றேன்; படிப்பு வந்ததோ என்னவோ, காலுக்கு வலுவு ஏற்பட்டது, அடுத்த வருஷம் நான் படித்த பள்ளிக்கூடம் என் தாத்தாவுடைய சொந்தப் பள்ளிக்கூடம். ஆகவே ஒரு விதத் தொந்தரவும் இல்லாமல் என்னை நேரடியாக நாலாவது வகுப்பில் சேர்த்துக் கொண்டு விட்டார்கள், சர்க்கார் கல்வி இலாகாவில் என் மாமாவுக்கு வேலை கிடைத்தவுடன், நானும திருவாரூர் சர்க்கார் பள்ளிக் கூடத்தில் ஐந்தாவது வகுப்பில் போய்ச் சேர்ந்தேன். எனக்கு அப்போது வயது ஒன்பது. மாமாவோ அம்மாமியோ என்னை ஒரு வார்த்தை கூடக் கடிந்து சொல்ல மாட்டார்கள். மாமாவுக்கு எப்பவாவது கோபம் வந்தால், 'கழுதை' என்பார் அழுத்தம் திருத்தமாக. இவ்வளவு நல்லவர்களாக எனக்குக் காட்சியளித்த இந்த மாமாவையும் ஏன் ஊரார் அவ்வளவாக மதிக்கவில்லை அவர்களைக் கண்டால் ஏன் பயப்படுகிறார்கள் பலரும் என்பது எனக்குத் திருவாரூரில் இருக்கும் போதுதான் தெரிய வந்தது.

வயதான ஒரு கிழவர் ஒரு நாள் நான் கூடத்தில் உட்கார்ந்து படித்துக் கொண்டிருக்கும்போது உள்ளே வந்தார். காலையில் மணி எட்டேமுக்கால் இருக்கும், பள்ளிக் கூடத்துக்கு நேரமாகிக் கொண்டிருந்தது. மாமா கொல்லையிலே கிணற்றடியில் குளித்துக் கொண்டிருந்தார். மாமி சமையல் அறையில் சமைத்துக் கொண்டிருந்தாள்.

“லேவாதேவி வேங்கடாசலத்தின் வீடு இதுதானே?" என்றார் அந்தக் கிழவர்.

எனக்கு லேவாதேவி என்கிற வார்த்தைக்கு அர்த்தம் தெரியாது. ஆனால், "வேங்கடாசலத்தின் வீடு இதுதான்" என்றேன்.

"இருக்காரா, உன் அப்பா..?" என்று கேட்டார் கிழவர்.

வேங்கடாசலம் என் அப்பா அல்ல என்று சொல்ல நான் வாயெடுக்குமுன், அம்மாமி கைக் கரண்டியைச் சமையலறை வாசற் படியண்டையே வைத்துவிட்டு "யாரு...? என்று கம்பீரமாகக் கேட்டுக் கொண்டு முன் கூடத்துக்கு வந்தாள்.

"ஐயாவைப் பார்த்துப் பணத்தை தந்துவிட்டு வரச் சொல்லி ராமநாதன் அனுப்பினான்..." என்று தடுமாறினார் கிழவர்.

"ராமநாதன் அப்பனா நீ? பணம் பூராவையும் கொண்டு வந்திருக்கிறாயா?" என்று கேட்டாள் மாமி.

"நூத்தி முப்பத்தியெட்டு ரூபாய் கொண்டு வந்தேன். அவ்வளவுதான் இருக்கிறது. பதினேழு ரூபாயைத் தள்ளி விட்டுப் பத்திரத்தைக் காது கிழித்து வாங்கிப் போக வந்தேன்..." என்றார், கிழவர்.

"வயசாச்சே தவிர பணத்தாசை விடல்லியே?” என்றாள் மாமி.

"பதினெட்டு ரூபாய்தானே..." என்றார் கிழவர் கெஞ்சுதலாக,

“பதினேழோ பதினெட்டோ? கணக்காக பார்த்துக் கொடுத்துவிட்டு சீட்டைக் கிழிச்சு வாங்கிக் கொண்டு போ!” என்றாள் மாமி.

"உங்களுக்குப் பதினேழு பதினெட்டு என்ன பிரமாதமாங்க? மனசு வச்சா, வட்டி பூராவுமே தள்ளித் தரலாமே!" என்றார் கிழவர்.

“ஏது...? இடத்தைத் தந்தால் மடத்தையே பிடுங்குவே போலே இருக்கே?" என்றாள் மாமி.

"மகாலச்சுமி கணக்கா இருக்கறவங்க..." என்று ஆரம்பித்தார் கிழவர்.

"உன்னைப் போன்றவர்களுக்குப் பத்தும் இருபதும் தள்ளிக் கொடுத்துக் கொண்டிருந்தால் எத்தனை நாளைக்கு மாகலச்சுமி கணக்கா நான் இருக்க முடியும்?" என்றாள் மாமி.

கிழவர் பதில் பேசவில்லை. மடியிலிருந்த ஒரு துணி முடிப்பை யெடுத்துப் பிரித்தார்.

"ஓங்க காசு எதுக்கும் நாங்க ஆசைப்படவில்லை. எழுதிக் கொடுத்த வட்டி கணக்குப் பண்ணித் தந்து விட்டு நோட்டை வாங்கிக் கொண்டு போங்க" என்றாள் மாமி.

இதற்குள் மாமா குளித்துவிட்டு வந்து விட்டார். "என்ன சொல்றான் கிழவன்? பணத்தைத் தள்ளித் தரணுமாமே? அதெல்லாம் சரிப்படாது. பணம் பாக்கி நின்றால், இதைக் கொடுத்துப்பிட்டு பாக்கி பணத்துக்கு ஒரு நோட்டு எழுதிக் கொடுத்துபிட்டுப் போகட்டும். இவங்க பணமும் நமக்கு வேண்டாம், நம்ப பணத்தையும் அவங்கிட்ட விட முடியாது" என்றார் மாமா.

“நீங்கள்ளாம் இப்படிச் சொன்னால்.." என்று கிழவர் ஆரம்பிக்கும் போது, புஸ்தகத்தை மூடி வைத்து விட்டு நான் அங்கே பேச்சைக் கேட்டுக் கொண்டு நிற்பதைப் பார்த்து விட்டாள் மாமி.

"பள்ளிக்கூடத்துக்கு நாழியாகிறதே ராஜா! நீ போய்க் குளித்துவிட்டு வா" என்றாள் மாமி.

நான் அங்கு நிற்பது அவர்கள் பேச்சிற்குத் தடையாக இருந்ததென்று எனக்குத் தோன்றிற்று. பத்து நிமிஷங்களுக்கு முன் லேவாதேவி என்றால் என்ன என்று தெரியாத எனக்கு

இப்போது அதன் முழு அர்த்தம் தெரிந்துவிட்டது. வட்டிக்குப் பணம் விட்டுப் பணம் சேர்ப்பதற்குப் பெயர்தான் லேவாதேவியா? ஏழைகள் எத்தனையோ பேர் உள்ள நம்மூரில், ஏராளமான வட்டி தருவதாகச் சொல்லிக் கடன் வாங்கத் துணிகிறவர்களுக்குக் குறைவு உண்டா என்ன?

ஆனாலும் தொண்ணூத்தி மூனே முக்கால் ரூபாய் சம்பளத்தில் மீதம் பிடித்து எப்படிப் பணம் வட்டிக்கு விட முடிந்தது மாமாவுக்கும் மாமிக்கும்? கிராமத்திலிருந்து நெல் வந்து விடும். போதிய நெல் விளைகிற அளவுக்கு மாமாவுக்கு நிலம் இருந்தது. பிதுரார்ஜிதச் சொத்தாக. அவ்வளவு தான், எப்படித் தைரியமாகப் பணத்தை வட்டிக்கு விட்டு வாங்கினார் மாமா? ஏது பணம்? வட்டியும் முதலுமாக வராமல் போய்விட்டால் என்ன பண்ணுவார்? ஏமாந்து விட்டால் வாயில் விரல் வைத்துக் கொண்டு உட்கார்ந்து விட வேண்டியதுதானோ? அப்படி இருந்தால், மாமா பணம் கொடுக்கச் சம்மதித்தாலும், அம்மாமி சம்மதிக்கமாட்டாளே? இதில் ஏதோ மர்மம் இருக்கிறது என்று எனக்குத் தோன்றிற்று.

நான் குளித்துவிட்டு வந்ததும் முதல் கேள்வியாகப் "பணம் பூராவையும் கொடுத்தாரா இல்லையா கிழவர்?'' என்று கேட்டேன்.

நான் கூட இதையெல்லாம் கவனிக்கத் தொடங்கி விட்டேனா என்று எண்ணுவது போல மாமி என்னைப் பார்த்தாள். மாமாதான் பதில் சொன்னார்; "ரெண்டு ரூபா தள்ளிக் கொடுத்தேன்"...

நான் பதில் சொல்லவில்லை, மாமாவே தொடர்ந்து அடுத்த நிமிஷம் சொன்னார், ''பூராப் பணமும் கொண்டு வந்திருந்தான் திருட்டுப்பயல். அந்த இரண்டு ரூபாய் கூடத் தள்ளித் தந்திருக்க வேண்டியதில்லை" என்று.

4. கொடுக்கல் வாங்கல்

அந்தக் கிழவனார் வந்து போன பிறகு நான் என் மாமாவினுடைய கொடுக்கல் வாங்கல் விவகாரங்களில் என்னையும் அறியாமலேயே கவனம் செலுத்தத் தொடங்கினேன். மனிதனின் ஆதி காலத்திய கவனங்களும் ஈடுபாடுகளும்தான் அவனுடைய பின் உள்ளத்தையும் வாழ்க்கையையும் சமைக்கின்றன என்பது உண்மையானால் கொடுக்கல் வாங்கல் என்கிற தத்துவம் என் வாழ்க்கையை ஒரு தினுசாகச் சமைத்திருக்க வேண்டும். பணத்தைப் பற்றிய சகல விஷயங்களையும் அறிந்து கொண்டு செயலாற்ற எனக்கொரு சந்தர்ப்பம் கிடைத்தது. இப்போது நினைத்துப் பார்க்கும்போது நான் அந்தச் சந்தர்ப்பத்தைச் சரியாகப் பயன்படுத்திக் கொள்ளவில்லை என்றே தோன்றுகிறது.

வேதாந்திகள் சொல்லுகிறார்கள். ஒரு விஷயத்தைப் பற்றி அறிந்து கொண்டுவிட்டால், அந்த விஷயத்தை ஜயித்து விட்ட மாதிரித்தான் என்று. எனக்குப் பணத்தைப் பற்றிச் சகல விஷயங்களையும் அறிந்து கொள்ள என் இள வயதிலேயே வசதிகள் ஏற்பட்டன என்பது உண்மைதான் என்றாலும் நான் பணத்தை ஜயித்து விடவுமில்லை. பணம் இல்லாமையை ஜயித்து விடவுமில்லை. என் மாமாவின் காரியங்களால் எனக்கு ஏற்பட்டதெல்லாம் பணத்திடம் ஒரு அலக்ஷியம்தான். பணம் என்பது இத்தகைய சக்திகள் உள்ளதா? இதன் சக்திகளுக்கு நாம் அடிமைப்பட்டு விடா திருப்பது அவசியம் என்பதுதான் நான் என் விடமிருந்து கற்றுக் கொண்ட உண்மை. அது நல்ல படிப்பினை அல்ல என்று எப்படி யார் சொல்ல முடியும்!

என் மாமாவே பிற்காலத்தில், எனக்குக் குடியும் குடித்தனமும் ஏற்பட்டு, பட்டணத்தில் நான் பணத்துக்கு அல்லல்பட்டுக் கொண்டிருந்த காலத்தில், ஒரு தரம் வந்து, என்னுடன் நாலைந்து நாட்கள் தங்கினார். "இப்படி இருக்கிறாயே, ராஜா, கெட்டிக்காரத்தனமாக, செட்டுங் சுட்டுமாக இருந்து பணத்தை ஆளத் தெரியவேண்டாமா?" என்று கேட்டார்.

அப்போது நான் சொன்னேன், "மாமா, கொஞ்சம் யோசித்துப் பதில் சொல்லுங்கள் நீங்களே. பணம் உங்களை ஆளுகிறதா, நீங்கள் பணத்தை ஆளுகிறீர்களா?" என்று.

மாமா- சிறிது நேரம் யோசித்தார். "கெட்டிக்காரத்தனமான பேச்சு தான்" என்றவர், "கெட்டிக்காரத்தனம் மட்டும் போதாது வாழ்க்கையைச் சரிவர நடத்துவதற்குப் பணமும் வேண்டும். பணம் இல்லாது வாழ்கிற வாழ்க்கையைச் சரிக்கட்ட எந்தக் கெட்டிக்காரத்தனமும் போதாது, போதாது" என்றார்.

எனக்கும் அது தெரிந்தது. அப்போதும் தெரிந்தது, இப்போதும் தெரிகிறது. ஆனால் பணத்துக்கு அடிமைப் பட்டுக் கிடப்பதைவிட, பணம் இல்லாமைக்கு அடிமைப் பட்டுக் கிடப்பது நல்லது என்று எனக்குத் தோன்றியது. நான் என்ன செய்ய?

மாமா அந்தத் தடவை வந்தவாசியிலிருந்து பட்டணத்துக்கு வந்தது கூட ஏதோ கொடுக்கல் வாங்கல் கணக்குகளை நேர் செய்யத்தான் என்பது ஞாபகம் வருகிறது எனக்கு. அவர் கையில் ஒரு விசேஷம் இருந்தது என்று எல்லோரும் சொல்லி நான் கேட்டிருக்கிறேன். அவர் ஒரு காரியத்துக்கென்று ஒருவருக்குப் பணம் கொடுத்தாரானால் பணத்தை வாங்கியவருக்கு அது அந்தக் காரியத்துக்கு உபயோகப்படாது. உபயோகப்பட்டாலும் காரியம் பலிக்காது. ஆனால், கடன் கொடுத்த மாமாவுக்கு அது வட்டியும் முதலுமாக, ஒன்றுக் கிரண்டாக, உரிய காலத்தில் திரும்பி விடும். இப்படி ஒரு அதிர்ஷ்டமுள்ள கை, என் மாமாவினுடையது.

நாள் தவறாமல், பைசா விடாமல், மாமா கணக்கு எழுதுவார். மணி மணியான எழுத்துக்களில், நான் பிறந்த வருஷத்தில் வாங்கிய ஒரு பவுண்டன் பேனாவால், எனக்குப் பன்னிரண்டு வயதாகும் போதும் கணக்கு எழுதினார். எனக்கு இருபத்தி நாலு வயதாகும் போதும் கணக்குகளை அதே பேனாவால் தான் எழுதிக் கொண்டிருந்தார். பட்டணத்தில் அவர் என்னைத் தேடி வந்து என் வீட்டில் நாலு நாள் இருந்த போதும், அதே பேனாவினால் தான் கணக்கு எழுதினார். எனக்கு அப்போது வயது முப்பத்திரண்டு. நாலே முக்கால் ரூபாய்க்கு ஒரு பேனாவை விலைக்கு வாங்கி ஒரு ஆயுள் பூராவும் வைத்துக் கொள்வதென்பது எல்லோருக்கும் கூடிவருகிற காரியமல்ல. என்னிடம் பதினெட்டு மாதங்களுக்கு அதிகமாக ஒரு பேனாவும் நிற்பதில்லை, தொலைந்து போய் விடும். இதைப் பற்றி யோசிக்கும் பொழுது எனக்கு ஆச்சரியமாகவே இருக்கிறது. மாமாவின் பவுண்டன் பேனா கைபட்டுப் பட்டு உடலுக்குள் மசி தெரிகிற அளவுக்குத் தேய்ந்திருந்தது. நிப்பு முன்னைக்கிப் போது இரட்டைப் பங்கு பட்டையடித்தது. ஆனால், அந்தப் பேனாவை விடாமல் வைத்திருந்தார் மாமா.

"இந்தப் பேனாவை எனக்குக் கொடுத்து விடேன் மாமா! அப்படியாவது உனக்குள்ள பண அக்கறை எனக்கு வந்துவிடுமா. பார்க்கிறேன்" என்றேன் நான் ஒருநாள்.

"இந்தப் பேனாவையா? எனக்குச் சம்மதம்தான். உனக்குக் கொடுத்து விடுகிறேன்" என்றார் மாமா. தர மாட்டார் என்று எனக்குத் தெரியும். மேலே என்ன சொல்லப் போகிறார் என்று கவனித்தேன். "இவ்வளவு நாளாக என்னிடம் இருந்து விட்ட பேனாவைக் கொடுத்து விட்டேனானால், அம்மாமி என்னைக் கோபித்துக் கொள்ளுவாளேடா, ராஜா" என்றார் மாமா.

உண்மைதான். அம்மாமி கோபித்துக் கொள்ளுவாள் தான். அம்மாமிக்கு மாமா மட்டுமல்ல, அந்தப் பவுண்டன் பேனாவும் கூடப் பயந்துதான் வாழ்க்கையை நடத்தி நீடித்து வந்து கொண்டிருந்தது என்பது உண்மைதானே? மாமாவும் அம்மாமியும் இப்படி ஒருவர் மேல் ஒருவர் பாரத்தைப்

போட்டு விட்டு தர்மமான முறையிலே சேகரித்து வந்தார்கள், ஆரம்ப நாட்களிலிருந்தே.

கொடுத்து வாங்குவதற்கு மாதச் சம்பளம் தொண்ணூத்தி மூணே முக்கால் ரூபாயில் எப்படி அவர்களிடம் பணம் இருந்தது என்று நான் அப்போது யோசிக்காமல் இல்லை. ஆனால் மர்மம் பல வருஷங்களுக்குப் பிறகுதான் தெரிந்தது. என் மாமாவுக்கு மாமா ஒருவர். ராமலிங்கம் என்று பெயர். அவர் நல்ல பணக்காரரர். சொத்து சுதந்திரங்கள் ஏராளமாக இருந்ததுடன் திருப்தியடைந்து விடாமல், அந்த மனிதர், ஏலச்சீட்டு, மாதச் சீட்டு என்றெல்லாம் ஏதேதோ செய்து பணம் புரட்டிக் கொண்டிருந்தார். அவரிடம் பணம் புரட்டுவதென்பது மிகவும் சிரமமான காரியம்தான். எனினும் மாமா அவரிடம் ஒரு மாதம் ஏலச் சீட்டுக்குப் பணம் கட்டி விட்டு, மறு மாதமே ஏலப் பணத்தை வாங்கித் தன் கொடுக்கல் வாங்கல்களுக்கு உபயோகப்படுத்திக் கொண்டார். அரை வட்டிக்கு வாங்கி, இங்கு இரண்டு வட்டிக்கு விடுவதில், முதலில்லாத லாபம் ஒன்றுக் கிரண்டாகக் கிடைத்து வந்தது.

எனக்கு ராமலிங்கத்தையும் அவரைச் சேர்ந்தவர்களையும் நன்றாகவே நினைவிருக்கிறது. கொள்ளைப் பணக்காரராக இருந்த அவர் நாளடைவில் க்ஷணித்துப் போய், கடனும் விஷம் போல் ஏறி, மஞ்சள் கடிதாசி நீட்டுகிற நிலையில் இறந்து போனார். அவர் சாகும் போது என் மாமாவுக்கு மட்டுமே அவர் ஏழாயிரம் ரூபாய் வரையில் தர வேண்டும் என்று மாமா கணக்குச் சொன்னார். அந்த ஏழாயிரத்துக்கு ஈடாகப் பட்டணத்தில் பாதையில்லாத ஒரு பொட்டைப் பிராந்தியத்தை மாமா ஏலத்தில் எடுத்தார் ஹைகோர்ட்டில். மொத்தம் ஒன்பதினாயிரம் செலவில் மாமா கைக்கு வந்த அந்தச் சொத்தை விற்க ஏற்பாடு செய்யும் போதுதான் பட்டணத்தில் என் வீட்டில் நாலு நாள் தங்கியது.

"உன் மாமாவுக்கு ஆனமாதிரி அதே வழியிலே நீயும் போக நேர்ந்து விட்டால் என்ன மாமா பண்ணுவது?" என்று

கேட்டேன் நான்.

"எப்படியடா ஆகும் அந்த மாதிரி?" என்றார் மாமா. "நான் கேவலம் ஒரு ஆயிரம் ரூபாய் தர வேண்டும் என்பதற்காக என்னை என்னபாடு படுத்தியிருக்கிறார் மாமா? நான் அப்படியெல்லாம் யாரையாவது அவஸ்தை பண்ணியது உண்டா? நீயே சொல்லு? நியாயமான தருமமான முறையில் நமக்குள்ள பணத்தை நாம் அடைய முற்படுவதில் தவறில்லை. கடவுளே உன் பக்கம் இருப்பார். அநியாயமாக அதருமமாகப் பேராசைப் பட்டால்தான் ஆபத்து வரும்" என்று தன் தத்துவத்தை விளக்கினார் மாமா.

கடவுள் என்பவர் தருமத்துக்கும் கட்டுப்பட்டவர்; அதருமத்துக்கும் கட்டுப்பட்டவர். நியாயத்துக்கும் கட்டுப் பட்டவர். அநியாயத்துக்கும் கட்டுப்பட்டவர். மனிதன் கடவுளை மட்டுமல்ல, தருமத்தையும் அதருமத்தையும் நியாயத்தையும் அநியாயத்தையும் தனக்காகவே உற்பத்தி செய்து கொள்கிறான். இதை வாய்விட்டு நான் என் மாமாவிடம் சொல்லவில்லை. சொன்னால் என்ன லாபம்? அவர் ஏற்றுக் கொள்ளமாட்டார். இவ்வளவு எளிய தெளிவான விஷயத்தையும் ஏற்றுக் கொண்டாரானால் அவருடைய பணப் பிரபஞ்சத்தின் அடிப்படையே தகர்ந்துவிடுமே! அவர் மாமிக்கு அதற்குப் பிறகு என்ன பதில் எப்படிச் சொல்வது?

மாமா சமயம் ஒன்று வாய்த்தது என்று எனக்குச் சொல்ல வேண்டியதைத் தொடர்ந்து சொன்னார். "நீ கூடத் தான் ராஜா எனக்கு ஒரு ஐநூறு ரூபாய் வரையில் தர வேண்டும். நான் அதைப்பற்றி என்ன செய்கிறேன்? எப்பாவாவது ஒரு தரம் ஞாபகப் படுத்துகிறேனா? நோட்டு எழுதித் தா என்று கேட்கிறேனா? நீயே சொல்லு"

எந்த ஐந்நூறை மாமா சொன்னார் என்று எனக்குத் தெரியும் நான் என் மாமா வீட்டில் இரண்டாவது கிளாஸ் முதல் மூன்றாவது பாரம் வரையில் படித்தேன். பிறகு எஸ்.எஸ்.எல்.ஸி பாஸ் செய்தேன். பிறகு கோவையில் போய்

அவருடன் இருந்து கொண்டு இண்டர் மீடியட் வகுப்பு இரண்டு வருஷமும் படித்தேன். இவ்வளவு வருஷங்களிலும் அவர் எனக்காகச் செலவு செய்தது என்று பணமாக நானூற்றி எழுபத்தி எட்டு ரூபாய்க்குக் கணக்கெழுதி என்னிடம் கொடுத்து என் அப்பாவிடம் கொடுத்து பணம் வாங்கித் தரச் சொன்னார். பொய்க் கணக்கு நோட்டுகளிலிருந்து எடுத்த சரியான செலவுக் கணக்கு ஒன்றுமில்லை. அது மாமாவின் கணக்கு நோட்டுகளிலிருந்து எடுத்த சரியான செலவுக் கணக்குத்தான். இதில் சாப்பாடு போட்ட கணக்கெல்லாம் வரவில்லை. எனக்குச் செலவு செய்ததை மட்டுமே கணக்கெடுத்துத் தந்திருந்தார் மாமா. நியாயமான தருமமான பட்டியல்தான் அது. ஆனால் எனக்கு ஞாபகம் இருக்கிறது - அப்பா இந்த பணத்தைத் தர மறுத்து விட்டார். "யாருக்காக செலவழித்தான். மருமானுக்குச் செலவழித்து விட்டு பில் போட்டுத் தருகிறானே பில்? இல்லாதவன் என்றால் தரவேண்டியது நியாயந்தான். கொடுக்கப் போவதில்லை நான்" என்று சொல்லிவிட்டார் அப்பா கண்டிப்பாக.

"நான் சம்பாதித்துத் தந்து விடுகிறேன் மாமா" என்றேன் ஒரு தரம் என் மாமாவிடம். இப்போது கூட ஞாபகம் இருக்கிறது. மாமி சொன்னாள்; "நீ சம்பாதிக்கப் போவதுமில்லை, திருப்பித் தரப் போவதுமில்லை. எதற்காக வீண்பேச்சு? உன் மாமா செலவழித்த பணத்திலே இது வீண் போனதுதான். போகட்டும். கடவுள் புண்ணியத்திலே இது ஒண்ணும் பிரமாதமான விஷயம் இல்லையே.." என்றாள் மாமி. மாமா ஒன்றும் பதில் சொல்லவில்லை. நான் சம்பாதிக்க மாட்டேன், தரமாட்டேன் என்று மாமி சொன்ன போது, எனக்கு ரோஷம் வந்தது. ஆனால், இப்பொழுது முப்பது வருஷங்களுக்குப் பிறகு, சிந்தித்துப் பார்க்கிறபோது எனக்கே ஆச்சரியமாகத்தான் இருக்கிறது. எப்படித் தெரிந்தது என் மாமிக்கு, பண விஷயங்களில் என் பலஹீனம்? நான் இப்படித்தான் இருப்பேன் என்று அவள் அப்போதே நிதானப் படுத்திக் கொண்டிருந்தாளே, அது எப்படி? எதைக் கொண்டு? இப்படியெல்லாம் யோசித்து யோசித்து நான் மனத்தைக்

குழப்பிக்கொள்கிறேனே தவிர, விஷயம் புரிகிற மாதிரியில்லை.

மாமி மாதிரியே பணத்தில் கெட்டிக்காரியாக, ஒரு செட்டுங்கட்டுமாகக் குடும்பம் நடத்துகிறவளாக, பெண்மணி எனக்கு மனைவியாக வாய்த்திருந்தால்...? என்று நான் என்னையே கேட்டுக் கொள்ளுகிறேன். பதில் சொல்ல முடியாத கேள்விதான் இது.

அந்தக் காலத்தில் என் மாமாவுக்கு நான் பட்ட கடனைத் தலையைச் சுற்றித் திருப்பி எறியாமல் இருந்தது. குற்றம்தான். நான் இப்போது "தொட்டதெல்லாம் துலங்க மாட்டேன்" என்கிறது என்று என் மனைவி அடிக்கடி சொல்வதுண்டு. என் மனைவி மட்டுமல்ல, மாமாவிடம் கடன் வாங்கிப் பட்டுப் போன இரண்டு குடும்பங்களைச் சேர்ந்த வாலிபர்கள் இருவர் வந்து என்னுடன் இதுபற்றி இதேமாதிரி அபிப்பிராயம் சொல்லிப் போவதுண்டு. இந்த வாலிபர்களில் ஒருவர், என் மாமாவுக்கு மாமா ராமலிங்கத்தின் பிள்ளை. அவன் பி.ஏ. படித்துக் கொண்டிருக்கும் போது அதன் அப்பா ஏராளமான கடனை வைத்துவிட்டு மனம் முறிந்து இறந்து போனார். கடனுக்கும் இருந்த சொத்துக்கும் சரியாகப் போய்விட்டது என்று கைகழுவி விட்டு, சாமிநாதன் பி.ஏ. படிப்பையும் பாதியில் நிறுத்திவிட்டு, உத்தியோகத்திற்குப் போய்விட்டான். அவன் சொத்தைச் சேர்த்துக் கொள்வதில் ஈடுபட்டிருந்த என் மாமா அவனுக்கு சிறு விஷயங்களிலாவது உதவி செய்திருக்கலாம். ஒரு தரம் அவன் உதவி நாடிக் கேட்டதுண்டு என்றுகூட எனக்குத் தெரியும் ஆனால் மாமா, உதவி செய்ய இஷ்டப் பட்டிருந்தாலும், அம்மாமி அனுமதித்திருக்க மாட்டாள்.

இன்னொரு பையன் சொன்னேனே அவன் பெயர் ராமசாமி. அவன் என் மாமாவினுடைய மைத்துனன் பிள்ளை. அதாவது என் அம்மாமியினுடைய தம்பி பிள்ளை. மாமா அம்மாமியின் பண மோகத்தால், மாமா குடும்பத்தார் மட்டும்தான் கஷ்டப்பட்டார்கள் என்பதில்லை. அம்மாமி குடும்பத்தார்

பலரும் கஷ்டத்துக்குள்ளானார்கள். அதே நிர்வாகத்தைச் சமாளிக்க மாட்டாமல் அக்கா தானே என்று போல அவள் தம்பியும் பல சந்தர்ப்பங்களிலும் குடும்ப மாமியிடமும் நோட்டு எழுதிக் கொடுத்துவிட்டுப் பணம் வாங்கி வந்தான். எல்லாவற்றையும் சேர்த்துப் பார்க்கும்போது நாலாயிரம் ஐயாயிரம் என்றாகிவிட்டது. மைத்துனனின் நிலங்களில் ஒரு பகுதியை இதற்கு ஈடாக எழுதி வாங்கிக் கொண்டார் என் மாமா. இன்னும் ஒரு இரண்டாயிரம் மூவாயிரம் நாளடைவில் கொடுத்துவிட்டு, அதுவும் சிறுகச் சிறுக நூறும் இருநூறுமாகக் கொடுத்துவிட்டு, நிலங்களில் மற்றப் பகுதிகளையும் எழுதி வாங்கிக் கொண்டு விட்டார். நல்ல வேளையாக இதற்குள் ராமசாமி படித்துத் தேறி நல்லதோர் உத்தியோகத்தில் அமர்ந்து விட்டான். பிள்ளையை நம்பி அவன் தகப்பனாரும் பட்டணத்துக்கு அவன். வீட்டோடு வந்து விட்டார். அந்தப் பையனும் அடிக்கடி சொல்வான்; "வேங்கடாசலம் விடுகிற மூச்சுக் காற்றே விஷக்காற்று. அங்கு யாரும் அருகில் இருந்து தப்பமுடியாது" என்று.

பண விஷயங்களில் ஆசை பேராசை என்றில்லாமல் நிராசையையே இருபது முப்பது வருஷங்களாகப் பயின்று வந்திருக்கும் என்னால், என் மாமாவைப் பற்றி சிறிது அநுதாபத்துடனாவது சிந்தித்துப் பார்க்க முடிகிறது. மற்றவர்களால், அவரால் சிரமப்பட்டவர் களாதலால், அவரிடம் சிறிதும் அநுதாபம் காட்ட முடியவில்லையென்பதில் ஆச்சரியம் ஒன்று மில்லையே? ஆனால் அவர் அநுதாபத்தையோ அன்பையோ, எங்கள் பாராட்டுதல்களையோ எதிர்பார்த்து நிற்கவில்லை. முண்டித் துருத்திக் கொண்டிருக்கும் கற்கள்மேல் உருளும் ரோடு ரோலர் போல அவர் பணம் ஒன்றே குறியாகப் போய்க் கொண்டிருந்தார். கொடுக்கல் வாங்கல் என்பதே நியாயமில்லாதது, தருமமற்றது என்று அவர் மனத்தில் என்றுமே தோன்றியதில்லை. "அப்படியிருந்தால் எனக்கு. நான் கொடுத்த ஒன்பதினாயிரத்துக்கு தொண்ணூறு ஆயிரம் வருமா?" என்று அவரே கேட்பார்.

ஹைகோர்ட்டில் ஒன்பதினாயிரத்துக்கு ஏலம் எடுத்த அவர் மாமாவின் சொத்தை ஒரு வருஷத்திற்குள் தொண்ணூறாயிரத்துக்கு, அதாவது ஒன்றுக்குப் பத்தாக அவர் விற்று விட்டார்.

5. கிராமத்துச் செய்திகள்

ஒன்பதினாயிரம் ரூபாயைத் தொண்ணூறாயிரம் ரூபாயாகப் பண்ணுகிற வித்தை எல்லோருக்கும், கைவராது தான். என் மாமா விஷயத்தில் இது எப்படி சாத்தியமாயிற்று என்று நான் பல தடவைகளில் சிந்தித்துப் பார்த்ததுண்டு. நடந்தது என்னவோ உண்மையே தவிர, எப்படி என்பது தெரிந்திருந்தால் நான் தொண்ணூறாயிரம் இல்லா விட்டாலும் ஒரு ஒன்பதாயிரமாவது பண்ணியிருக்க மாட்டேனா?

அதே வித்தை ஏன் என் மாமாவினுடைய மாமாவுக்கு கைவரவில்லை? ஐயாயிரத்தை ஐம்பதினாயிரம் பண்ணி விடுகிற உத்வேகத்துடன்தான் பெரியவர் பணத்துக்குக் கஷ்டம் எவ்வளவோ இருந்த போதிலும், பட்டணத்துகச் சொத்தை; விற்றுவிடாமல் பிடிவாதமாக வைத்திருந்தார். மலிவாகத்தான் கிடைத்தது அந்த இடம் அவருக்கு. இரண்டாயிரம் மூவாயிரம் கடன் கொடுத்துவிட்டு இடத்தைப் பிடித்துக் கொண்டார். அந்த இடத்துக்கு எங்கிருந்தும் போகப் பாதை கிடையாது. பிறர் நிலத்தில் கால் வைத்துத்தான் போய்ச் சேர வேண்டும். அல்லது இறங்கலாம். அந்த வழியாக நகர சபையார் ஒரு பாதை ஏரோப் பிளேனிலோ, ஹெலிகாப்டரிலோ போய் போடப் போகிறார்கள் என்றும், அந்தப் பாதை அந்த நிலத்தின் வழியாகப் போகும் என்றும், அப்படிப் போகும் போது பாதைக்கான நிலத்தை வாங்க கார்ப்பரேஷன் காரர்களே நல்ல பணம் கொடுப்பார்கள் என்றும், பாதைக்கு இரு மருங்கிலும் வீடு கட்டுவதற்கும் இடம் இருக்குமாதலால் அந்த நிலங்களும் நல்ல விலைக்குப் போகும் என்றும் பெரியவர் கணக்குப் போட்டு வைத்துக்

கொண்டிருந்தார். ஆனால், அது அவரைப் பற்றிய வரையில் பலிக்கவில்லை.

என் மாமாவுக்கும் சுலபத்தில் தானாக எதுவும் பலித்து விடவில்லை, ஏலத்தில் அதை எடுத்துவிட்டு மாமா அது பற்றியே சிந்தனையாக நாலைந்து தடவைகள் வெளியூர் களிலிருந்து பட்டணத்துக்கு வந்தார். பக்கத்து நிலத்துக்காரர் களையெல்லாம் பார்த்துப் பேசினார். இரண்டொரு தரம் என்னையும் அழைத்துக் கொண்டு போய்ப் பேசினார். ஒரு பிரஹஸ்பதி தன் நிலத்தின் மூலம் அங்கு போய்ச் சேர நாலடிப் பாதை தருவதாகவும், அதற்கு ஐயாயிரம் ரூபாய் தர வேண்டும் என்றும் கேட்டான் என்று எனக்கு ஞாபகமிருக்கிறது. இன்னொருவன், நிலத்தையே என்னிடம் விற்றுவிடு. அதற்குப் பன்னிரண்டாயிரம் தருகிறேன் என்றான். மாமா பொறுமையாகச் சுற்று வட்டாரத்துச் சொந்தக்காரர்கள் எல்லோரையும் பார்த்துவிட்டு வந்தார். வெள்ளைக்காரக் கம்பெனி முதலாளி ஒருவன், ஒரு தொழிற்சாலை நடத்தத் தனக்கு நிலம் வேண்டும் என்றும் தனக்குச் சொந்தமான இடத்துடன் அது சேர்ந்திருப்பதால் எடுத்துக் கொள்ளலாம் என்றும், அறுபதினாயிரம் தருகிறேன் என்றும் சொன்னான். மாமா சமயம் கிடைத்தது என்று லக்ஷம் கேட்டார். முடிவில் தொண்ணூறாயிரத்துக்கு விற்று விடடார்.

இந்த பேரம் நடந்து முடிந்த போதும் என் மாமாவுக்கு மாதம் தொண்ணூற்றி மூணேமுக்கால் ரூபாய்தான் சம்பளம் என்பதை நினைவுபடுத்திக் கொள்ள வேண்டியது அவசியம். இதற்குள் திருவாரூரில் தொடங்கி அவர் பத்து ஊர்களில், சர்க்கார் பள்ளிக் கூடங்களில் வேலை பார்த்துவிட்டார். சைதாப்பேட்டையில் ஒரு வருஷம், தஞ்சாவூரில் ஒரு வருஷம், மாயவரத்தில் இரண்டு வருஷங்கள், கோவையில் இரண்டு வருஷங்கள், திருச்சிராப்பள்ளியில் மூன்று வருஷங்கள், வந்த வாசியில் இரண்டு மூன்று வருஷங்கள் என்று. உத்தியோகம் உயரவில்லை; மாறிற்று. பள்ளிக் கூடத்தில் பாடம் சொல்லித் தர லாயக்கில்லை என்று அவரை டிரெனியிங் ஸ்கூலுக்கு மாற்றினார்கள். அங்கிருந்து, பிறகு

டெபுடி இன்ஸ்பெக்டராகப் போட்டார்கள். இந்த பேரத்துடன் மாமா லக்ஷாதிபதியாகிவிட்டார். அதற்காக அவர் உத்தியோகத்தை விட்டு விட்டாரா என்ன? அந்தத் தொண்ணூற்றி மூணேமுக்கால் ரூபாய் சம்பளத்தையும் பற்றிக் கொண்டு ஏழை உபாத்தியாயர்களிடமிருந்து பெறக்கூடிய வாழைக்காய், நெய் வாழை இலை முதலியவற்றைத் திருப்தியுடனும் நன்றியுடனும் பெற்றுக் கொண்டு வாழ்ந்து வந்தார். கிடைத்த தொண்ணூற்று மூணே முக்கால் ரூபாயிலும் நாற்பது ஐம்பது என்று மீதம் பிடித்து அதையும் வட்டிக்கு விட்டுக் கொண்டு ஜாம் ஜாமென்று வாழ்ந்து வந்தார்.

பணம் சேர்ந்தது அவருக்கு என்று சொன்னால், மிகைப்படுத்திச் சொல்வது ஆகாது. தானாகவே வந்து சேர்ந்தது என்றுதான் சொல்ல வேண்டும். இந்த ஜன்மத்தில் அவர் புண்யங்கள் எதுவும் செய்ததில்லை என்று எனக்கும், அவர் சுபாவமறிந்த மற்றவர்களுக்கும் தாராளமாகவே தெரியும். பணம் இப்படி வந்து சேர்ந்தது எதனால்? போன ஜன்மத்துப் புண்யமாகத்தான் இருக்க வேண்டும். வேறு என்ன? புரியா காரியம் கண்முன்னே நடக்கும்போது, நடப்பதைக் காணும்போது, ஜன்மாந்திர வாசனையென்றும், கொடுத்து வைத்தவன் என்றும் சொல்வதின் அர்த்தம் புரிகிற மாதிரித்தான் இருக்கிறது. அப்படியெல்லாம் நமக்கு நாமே விஷயங்களை விளக்கிக் கொள்ளாவிட்டால் எதுவுமே சரியாக விளங்காது என்றுதான் சொல்ல வேண்டும். ஏன், மாமா கொடுத்து வைத்தவர்தான். இல்லாவிட்டால், அவருடைய மாமாவின் சொத்துக்களும், மைத்துனரின் சொத்துக்களும் தாமாகவே அவரைத் தேடி வந்து அடைவானேன்?

சாத்தனூரிலே இதுபற்றிப் பலர் பலவிதமாக அர்த்தப்படுத்திச் சொன்னார்கள். பொறாமை பாதி. இந்த மாதிரி நம்மால் இருக்க முடியவில்லையே என்று ஆற்றாமை பாதி. ஆனால் மாமா, நாளடைவில் பணக்காரராகி விடுவார் என்பதில் கிராமத்தில் யாருக்கும் சந்தேகம் இருந்ததாகத்

தெரியவில்லை. ஆனாலும் காவேரிக் கரையில் இரண்டு வேலி நஞ்சையுடனும் கீழத் தெருவில் உப்புப் பூத்து உதிர்ந்த சுவர்களுடன் கூடிய ஒரு வீட்டுடனும் தொடங்கிய வேங்கடாசலம், இரண்டு மூன்று லட்சங்களுக்கதிபதியாகி விடுவார் பத்துப் பதினைந்து வருஷங்களிலே என்று, கிராமத்திலும் கூட யாரும் எதிர்பார்த்திருக்க முடியாது. ஆனால் எங்கள் கிராமத்திலே என் மாமாவிடம் பணம் கடன் வாங்காதவர் யார் என்று விரல் விட்டுச் சொல்ல எனக்கு யாரையுமே தெரியவில்லை.

நான் மாமாவுடன் கிராமத்துக்குப் போன சந்தர்ப்பங்கள் எல்லாம் எனக்கு இப்போது ஞாபகத்திலிருக்கின்றன. முதல் பாரத்தில் மாமா வீட்டிலிருந்து கொண்டு திருவாரூரில் படித்துக் கொண்டிருக்கும் போது முதல் முதலாக நான் மாமா அம்மாமியுடன் சாத்தனூர் போனேன். பத்தே நாட்கள் தான் கிராமத்திலிருந்தோம். அப்போது எத்தனையோ பேர்வழிகள் வந்து வந்து மாமாவைப் பயபக்தியுடன் பார்த்து விட்டுப் போனார்கள். அந்த நாட்களில் மாமாவிடம் பணம் அதிகம் சேர்ந்து விடவில்லை. ஆனால் அவரிடம் சேர்ந்து விடும் என்கிற நிச்சயத்தில், சேர்ந்து விட்டால் பிறகு நம்மை அவர் மறக்காதிருக்க வேண்டுமே என்கிற நினைப்புடன், பலர் வந்து பார்த்து விட்டுப் போனார்கள் என்று சொல்ல எனக்குத் தோன்றிற்று. இப்போது யோசித்துப் பார்க்கும்போது அது சர்க்கார் உத்தியோகஸ்தனுக்கு கிராமத்தார் காட்டிய வெறும் மரியாதை அல்ல; பணத்துக்குக் காட்டிய மதிப்பு என்றுதான் சொல்ல வேண்டும்.

"வேங்கடாசலம் கெட்டிக்காரன். கை நிறையப் பணம் சேர்த்துவிடுவான் பாரேன்" என்று ஏதோ ஒரு வியாச்சியத்தில் சொத்துக்களையெல்லாம் தோற்றுவிட்டு, பண்டைய பெருமையைக் காட்டிய பித்தளைக் குமிழ்கள் வைத்த ஊஞ்சலில் ஆடிக்கொண்டே ரத்தினம் பிள்ளை தன் மனைவியிடம் சொன்னார்.

நான் உத்திரத்தின் மேல் ஒரு குருவி கூடு கட்டியிருந்ததைப் பார்த்துக் கொண்டு நின்றேன். ரத்தினம் பிள்ளையின் மனைவி, காமாச்சியாச்சி சொன்ன பதில் எனக்கு இன்னமும் ஞாபகம் இருக்கிறது.

"இதிலே அவன் கெட்டிக்காரத்தனம் என்னங்கறேள்? பானை பிடிச்சவ அதிருஷ்டம்தான் வேணும்" என்றாள்.

"அந்தப் பொண்ணுக்கும் தான் என்ன?" என்றார் ரத்தினம் பிள்ளை.

மாமியைப் "பொண்ணு" என்று அவர் சொன்னது எனக்குச் சிரிப்பு மூட்டியது. நான் இரைந்தே சிரித்து விட்டேன்.

காமாச்சி ஆச்சி சொன்னாள்; "பெரியவங்களைப் பழிக்கக் கூடாதுடா ராசா, பழிக்கக் கூடாது. ஆமாம், சொத்துச் சேத்து அத்தனையும் உனக்குத் தானே கொடுக்கப் போறாங்களாம்? அவங்களுக்குப் புள்ளையா குட்டியா?"

"அவ்வளவு நல்ல மனசு படைச்சவங்களுக்குத் தானே பிறக்காமலா போவுது" என்றார் ரத்தினம் பிள்ளை.

நான் இந்தப் பேச்சைக் கண்ணும் காதும் வைத்து என் மாமாவுக்குப் பிரியமான படிச் சொல்லி வைத்ததற்கும், ரத்தினம் பிள்ளை வந்து என் மாமாவைத் தன் வீட்டின் பேரில் ஐநூறு ரூபாய் இரண்டு வட்டிக்குக் கடன் கேட்பதற்கும் சரியாகவே இருந்தது. ரத்தினம் பிள்ளைக்கு ஐநூறு ரூபாய் சுலபமாகவே கிடைத்து விட்டது. அவர் வீடு அந்தக் கிராமத்தில், இப்போது விலைவாசிகள் இருக்கிற நிலையில், மூவாயிரமாவது பெறும்.

மாமா தன் சொத்தையெல்லாம் தனக்குப் பிடித்த மருமகனான எனக்குத்தான் தரப் போகிறார் என்பது கிராம மக்கள் கட்டிய முடிவு. அப்போது மாமாவுக்குக் குழந்தை களில்லை, வயது அதிகமாகி விடவில்லை என்றாலும், இனிப் பிறக்காது என்று எப்படியோ ஊரார் முடிவு கட்டி விட்டார்கள். ஊரிலே

மாமாவை எல்லோருக்குமே பிடித்திருந்தது என்றே நான் நினைக்கிறேன். அவர் உள்ளூர்க்காரர், பணக்காரராகிக் கொண்டிருந்தார். மரியாதைக்குரியவர். ஆனால், மாமியைக் கண்டால் யாருக்கும் பிடித்ததில்லை; அவள் அசலூர்க்காரி என்பதும் காரணமாக இருக்கலாம். வேறு காரணங்களும் இருக்கலாம்.

எங்கள் கிராமத்தாருடன் லேவாதேவி செய்வது பற்றி மாமாவுக்கும் அம்மாமிக்கும் தர்க்கம் நடந்த போது ஒரு சமயம் நான் கேட்டிருக்கிறேன்.

"உள்ளூரிலே இம்மாதிரி பணத்தை அள்ளிவிட்டுக் கொண்டிருந்தால் கடைசியில் பொல்லாப்பு வரும்" என்றாள் மாமி.

"நல்ல புள்ளிகளாகப் பார்த்துத்தான் தருகிறேன். பணமும் போய்விடாது. நமக்குப் பெரிய இடங்களில் கொடுத்து வாங்குவதில் மதிப்பு ஏறும்" என்றார் மாமா.

"அதென்னமோ, உங்கள் கிராமத்து விஷயங்களில் நான் குறுக்கே வரவில்லை. இருந்தாலும் நல்லதற்கில்லை இது என்று தான் எனக்குத் தோன்றிற்று" என்றாள் மாமி பிடிவாதமாக.

“நீயே சொல்லு. யாருக்குக் கொடுத்த பணம் பொல்லாப்புக்குக் காரணமாகிவிடும் என்று சொல்லு பார்ப்போம்?" என்று மாமா தன் கொடுக்கல் விவரங்களைப் பூராவும் ஆதியோடந்தமாகச் சொன்னார்.

அதில் எதிலும் அம்மாமியால் குற்றம் கண்டுபிடிக்க முடியவில்லை. "உள்ளூரிலே போடுகிற பணம் வீண்" என்றாள் மாமி, விட்டுக் கொடுக்காமல்.

"அதுதான் ஒன்றுக்குப் பத்தாக உதவும் பாரேன். கொடுக்க முடியாவிட்டால் நிலமாகவும் வீடாகவும் வந்து விட்டுப் போகிறது" என்றார் மாமா.

இப்போது முப்பது வருஷங்களுக்குப் பிறகு, யோசித்துப் பார்க்கும் போது, மாமி சொன்னது நிஜம், மாமா சொன்னதும் நிஜம்தான் என்று தோன்றுகிறது. இரண்டொரு குடும்பத்தாருடன் பொல்லாப்பு வந்ததும் உண்மைதான். ஆனால், கீழத்தெரு முழுவதும், இரண்டு வரிசையிலுமுள்ள பதினெட்டு வீடுகளுமே மாமாவினுடைய ஆதிக்கத்துக்கு வந்துவிட்டன என்பது உண்மை. நல்ல நஞ்சையாக ஒரு ஏழெட்டு வேலிகள் வரையில் அடைபடாத கடன்களுக்கு ஈடாக வந்தன என்பதும் உண்மைதான்.

கிராமத்திலே மாமியை, "ராணியம்மா!'' என்றுதான் சொல்வார்கள். சிவப்பும், பச்சையும், வெள்ளையும், தங்கமுமாக நாலைந்து செட்டுகள் நகைகள் வைத்திருந்தாள் மாமி. சுமக்க முடியாத உடம்பைச் சுமந்து கொண்டதுடன் அதன்மேல் ஒரு முப்பது நாற்பது சரவன் கனத்தையும் ஏற்றிச் சுமந்து கொண்டிருந்தாள். முன்னைக்கிப்போது பணம் சேர்க்கிற பெருமையிலே, பூரிப்பிலே, அதிகமாகப் பெருத்தும் இருந்தாள். பணம் சேர்க்கிற சிரமத்திலே கறுத்தும் இருந்தாள். சிற்பி செதுக்கிய கருங்கல் உருவம்தான் அவள். ஆனால், சிற்பியும் நல்ல சிற்பியல்ல; கருங்கல்லும் நல்ல கருங்கல் அல்ல. அந்த உருவத்தைச் செதுக்கும்போது சிற்பிகள் உள்ளத்தையும் கையையும் கலைத் தேவிக்குப் போட்டியாகத் தோன்றிய ஒரு கேலித் தேவி மயக்கி இருக்க வேண்டும். மாமியை, ஊரார் 'ராணியம்மா' என்று சொல்லும்போது எனக்குச் சிரிப்புச் சிரிப்பாக வரும்.

மாமாவும், மாமியும், நானும் உடன் வரத்தான், கிராமத்துக் கோயிலுக்குப் போகும் காட்சியை இப்போது நினைத்துக் கொண்டாலும் கூட எனக்குச் சிரிப்பு வருகிறது. முடமுடவென்று ஒன்றரைச் சாண் அகலம் ஜரிகையுள்ள ஒரு ஆரணிப் புடவையை எடுத்துக் கட்டிக் கொண்டு, நகைகளில் ஒரு சுமையை அணிந்து கொண்டு, நெற்றிக் கருப்பிலே சிவப்புப் பொட்டு பளபளக்க அம்மாமி கிளம்புவாள். மாமா அடக்க ஒடுக்கமாக வீட்டு வேலைக்காரன் மாதிரிக் கிளம்புவார். அம்மாமியும் நானும் வேகமாக நடந்து

முன்னாடி கோயிலை அடைந்து விடுவோம், நான், "மாமா வரட்டுமே" என்றால், "தானே வரார்" என்று அலட்சியமாகப் பதில் அளிப்பாள் அம்மாமி. இந்த அலட்சிய வார்த்தைகளைக் கிளப்புவதற்காகவே நான் தினமும் "மாமி மாமா வரட்டுமே" என்று சொல்வேன். சிவன் சந்நிதியில் நின்று தேவாரம், திருவாசகம் சொல்லாமல் மாமா வரமாட்டார். முருகன் சந்நிதியில் நின்று, துண்ணூறு நெற்றியிலே பளபளக்க, மாமா கண்களை மூடிக் கொண்டு முருகன் புகழ் ஒரு பத்தாவது பாடாமல் கிளம்பமாட்டார். மாமிக்கும் சந்நிதிகளில் கூட்டத்தில் நிற்கப் பிடிக்கும். ஓரொரு சமயம் அம்மன் அணிந்திருக்கும் நகைகளையும் அவற்றின் தராதரத்தையும் கணக்கெடுத்துப் பார்ப்பாள். சாத்தனூர்க் கோயில் பணக்காரக் கோயில். பணக்கார வீட்டுப் பெண்களுக்கு இருப்பது போலவே அந்தச் சாத்தனூர்க் கோயில் அம்மனுக்கும் பெட்டி பெட்டியாக நகைகள் இருந்தன. எவ்வளவுதான் பணம் சேர்த்தாலும் அம்மாமி எத்தனை ஜன்மங்கள் பாடுபட்டாலும், அத்தனை நகைகளைச் சேர்க்க முடியுமா?

இது அம்மன் சந்நிதியில் நடக்கக் கூடிய விசேஷம். மற்றச் சந்நிதிகளில் அம்மாமியைப் பார்த்து மற்றவர்கள் பொறாமைப் படுவார்கள். அலட்சியமாக, சூழ்ந்துள்ளவர்களை ஓரக் கண்ணால் பார்த்து, அம்மாமி ஆனந்தப்படுவாள் என்பதை நான் கவனிப்பேன். அம்மாமிக்குக் கடவுள் பக்தி உண்டோ இல்லையோ எனக்கு நிச்சயமாக சொல்லத் தெரிய வில்லை. என் மாமாவுக்குத் தெய்வ பக்தி பூரணமாக உண்டு.

நான் இப்போது யோசித்துப் பார்க்கிறேன். பணம் சேர்ப்பதில் ஈடுபாடுள்ள எல்லோருக்குமே தெய்வ பக்தியும் அதிகமாக, இருப்பதற்குக் காரணம் ஏதாவதிருக்க வேண்டும் என்றுதான் எனக்குத் தோன்றுகிறது. வடநாட்டிலே பல கோடீஸ்வரர்கள் பணம் சேர்ப்பதும் செலவழிப்பதும் எல்லாம் ஒரு தெய்வத்தின் அல்லது தேவியின் பெயரால்தான், அப்படி ஒரு தான தருமம் என்று கோயில் ஆதினத்தை ஆதாரமாக வைத்துப் பணம் சம்பாதித்தலே. அதற்குச் சர்க்கார் வரி விதிக்க

முடியாது என்பது ஒரு சிறு காரணமாக இருக்கலாம். இன்னொரு காரணமும் எனக்குத் தோன்றுகிறது யோசிக்கும்போது. பணம் சேர்ப்பதென்பது என்னவோ; எப்படிப் பார்த்தாலும் பாவச் செயல் தான். பாவங்கள் செய்து செய்துதான் பணம் சேர்க்க வேண்டும். பண மூட்டையுடன் பாவ மூட்டையும் பெரிது ஆகாதிருப்பதற்காக பணக்காரர்களாக விரும்புகிறவர்கள் கடவுள் பக்தியையும் உடன் கைக் கொள்ளுகிறார்களோ என்று எனக்குத் தோன்றுகிறது. பணத்தாசையுடன், அதன் மறு அம்சமாகக் கடவுள் பக்தியும் தோன்றி விடுகிறது என்பது தான் சர்வ சாதாரணமாக நாம் உலகில் காண்கிற விஷயம். பணத்தாசையில்லாமல் கடவுள் படைத்தவர்கள் பரம ஏழைகளாக இருப்பதை நாம் பக்தி மட்டும் கண் கூடாகப் பார்க்கிறோம். கடவுள் பக்தி சேராமல், பணத்தாசை மட்டும் இருந்ததாக நான் இது வரையிலும் யாரைப் பற்றியும் தெரிந்து கொண்டதில்லை. பணம் என்கிற கடவுள் பக்தி என்கிற புண்ணியமும் பாவமும் ஒன்றையொன்று அடித்துக் கொண்டு, மனிதரைப் பாதிக்காது, பணம் மிஞ்சும் என்கிற நினைப்புத்தான் பலர் மனத்திலும் ஆட்சி செலுத்துகிற மாதிரி எனக்குத் தோன்றியது. ஆனால் எனக்குத் தோன்றுவதை யெல்லாம் வைத்துக் கொண்டு உலகத்தை அளக்க நான் புறப்படுவது சரியல்லவே! என் மாமாவின் வாழ்க்கையைப் பற்றி எண்ணிப் பார்க்கும்போது இம்மாதிரி சிந்தனைகள் தோன்றுவது சரியேயென்றாலும் இந்தச் சிந்தனைகளை மட்டும் கொண்டு உலகை அளக்கக் கூடாது என்றும் நான் ஒப்புக் கொள்கிறேன்.

என் மாமா லக்ஷப் பிரபு ஆன பிறகும் நான் அவருடன் ஒரு தரம் சாத்தனூர்க் கிராமத்துக்குப் போனேன். அப்போது அவருக்கு ஒரே ஒரு பிள்ளையிருந்தான். அவனுக்கு ஏழு வயது. அந்தத் தடவை சாத்தனூரில் எல்லோரும் அந்தப் பையனைத்தான் சீராட்டினார்கள். போற்றினார்கள், பாராட்டினார்கள். என்னை யாரும் கவனிக்கவில்லை. நான் அல்ல லக்ஷத்துக்கெல்லாம் உண்மையான வாரிசு என்பது

தெரிந்தபின், என்னைப் பற்றி கிராமவாசிகள் கவலைப்படுவார்களா?

6. சிக்குண்டாம் டாக்டருண்டாம்

நானும் யோசித்து யோசித்துப் பார்க்கிறேன். மனிதன் எத்தனையோ நம்பிக்கைகளை ஆதாரமாகக் கொண்டு வாழ்க்கையைச் சாத்தியமாக்கி எப்படியோ நடத்தி வருகிறான். போன தலைமுறையின் நம்பிக்கைகள் இந்தத் தலைமுறையில் பரிகாசத்துக்கு இடமாகின்றன. மூட நம்பிக்கைகளுக்கும் ஒரு கணக்கில்லை என்பதை ஒப்புக் கொள்ள ஒருவரும் முன்வருவதில்லை.

போன தலைமுறையில் சகுனத்தில் அளவற்ற நம்பிக்கை கொண்டிருந்தார்கள். கடவுளுக்குத் தேங்காயை உடைத்துவிட்டால் தாங்கள் நினைத்ததெல்லாம் வெற்றியாகி விடும் என்று எண்ணினார்கள். மஞ்சள் துணியில் முடிந்து வைத்துவிட்டு, இஞ்ஜெக்ஷன் செய்து கொள்ளப் பயந்து கொண்டு, உடம்பு தானாகவே தெய்வத்தின் அருளால் சரியாகிவிடும் என்று எண்ணினார்கள். இப்படியாக ஆயிரமாயிரம் சொல்லலாம். அதேபோல இந்தத் தலைமுறையின் பிரத்தியேக நம்பிக்கைகள் என்றும் ஒரு ஆயிரத்துக்குக் குறையாமல் சொல்லலாம். சரியோ தப்போ தினசரிப் பத்திரிகைகள் கூட "இன்று நாள் எப்படி?" என்று ஜோசியம் போடத் தொடங்கிவிட்ட காலம் இது. நமது வாழ்க்கையிலே பொருளாதாரப்புள்ளி விவரங்கள் எப்படிப் பட்ட கொடுங்கோலாட்சி செலுத்துகின்றன என்று சொல்லி முடியாது. விஞ்ஞானம் என்ற முடிவு காணாத ஒரு கடலில் அசைக்க முடியாத ஒரு நம்பிக்கை கொண்டு வாழ்க்கை நடத்தி வருகிறோம். விஞ்ஞானம் வேதாந்தத்தின் முடிவுகளை வற்புறுத்துகிறது என்று சொல்லக் கூடச் சிலர் பெருமைப் படுகிறார்கள். ஆனால் விஞ்ஞானத்தின் மூலம் வேதாந்தத்தை

நம்புவார்களே தவிர, நேரடியாக யாரும் இன்று வேதாந்தத்தை நம்பத் தயாராக இல்லை என்பது வெளிப்படை.

நம்பிக்கைகளைப் பற்றிய சிந்தனை எப்படி என் மனசில் தோன்றியது? ஆமாம்.. என் மாமாவும் என் மாமியும் போட்டி போட்டுக் கொண்டு எனக்குச் செய்ததற்கெல்லாம் நான் அவர்களுடைய மூட நம்பிக்கைகளிலே இன்று ஒரு காரணம் கண்டுகொண்டு விட்டேன் என்று எண்ணுகிறேன். ரோஹிணி நக்ஷத்திரத்தில் பிறந்தவரானதால் மாமாவுக்குத் தீங்கு விளையும் என்பது மூடநம்பிக்கைதான். யோசிக்கப் போனால், அதில் அர்த்தம் எதுவும் இல்லை என்று சொல்ல வேண்டும். ரோஹிணியில் பிறந்தவர்கள் எல்லோரும் கிருஷ்ண பகவான்கள் அல்ல, அப்படியிருக்க முடியாது என்பதை எல்லோருமே ஒப்புக் கொண்டு விடுவார்கள். ரோஹிணியில் பிறந்தவர்களுடைய மாமன்மார்கள் எல்லோரும் கம்ஸன்களா? இல்லவே இல்லை. இருந்தாலும் என்னைப் பற்றியவரையில் இந்த ரோஹிணி என்கிற மூட நம்பிக்கை நன்மை பயத்தது என்றே சொல்வேன்.

நான் ரோஹிணி நக்ஷத்திரத்தில் பிறந்தவன். பணத்தாசையால் உந்தப்பட்டு, கொடுக்கல் வாங்கல் நடத்தி, எல்லா வழிகளிலும் பணம் சேகரித்துக் கொண்டிருந்த என் மாமா வேங்கடாசலத்தைக் கம்ஸன் என்று வேண்டுமானாலும் சொல்லலாம். அதில் ஒன்றும் தப்பில்லை. ஆனால் அதை உணர்ந்து மாமாவோ அம்மாமியோ எனக்குத் தானாக எதுவும் செய்து விடவில்லை. யாரோ ஒரு ஜோசியன் சொல்லி விட்டான். "ரோஹிணியில் பிறந்த மருமகனுக்கு, எவ்வளவுக்கெவ்வளவு அவர்கள் செய்கிறார்களோ அவ்வளவுக் கவ்வளவு அவர்களுக்குப் பரிகாரம், தோஷ நிவர்த்தி" என்று. அன்று முதலே எனக்கு மாமா வீட்டில் ராஜோபசாரம்தான். அதற்காக அவர்கள் எனக்குத் தினமும் பாலும் தயிருமாகப் போட்டார்கள் என்றோ, பட்டும் ஜரிகையுமாக வாங்கித் தந்தார்கள் என்றோ அர்த்தமில்லை. அவர்கள் தினமும் சாப்பிட்ட ஜீரக ரசத்தையும் சுட்ட அப்பளத்தையும், வற்றல் குழம்பையும், நீர் மோரையும்,

புழுங்கலரிசிச் சோற்றையும் தாராளமாகப் போட்டார்கள். அந்த உணவை உண்டு அவர்கள் ஊன் விருத்தியடைந்தது. வருஷத்துக்கொரு தரம் அம்மாமி தன் ஒட்டியாணத்துக்கு இரண்டு பவுன் சேர்த்துப் பெரிது பண்ணிக் கொள்ள வேண்டியதாக இருந்தது. மாமாவும் அவர் ஆகிருதிக்குப் பெரியவராகத்தான் விளங்கினார். நான்தான் உணவு போதாமல், ஹோட்டலுக்குப் போவதும், வயிற்று வலியால் அவஸ்தைப்படுவதுமாக, நோஞ்சானாக இருந்தேன்.

வெள்ளிப் பாத்திரத்தில் பாலும் சோறும் உண்பது ஒரு இரண்டு வருஷங்களுக்கு மேல் அதிகம் நீடிக்கவில்லை. நல்ல பாட்டி போனதுடன் அதுவும் போய் விட்டது. 'என்' வெள்ளிப் பேலாவை அம்மாமி தன் பெட்டியில் பத்திரப் படுத்தி வைத்துப் பூட்டிவிட்டாள். என்றாவது அகஸ்மாத்தாக அது என் கண்ணில் பட்டால்தான் உண்டு.

எனக்கு அவர்கள் பிரியமாகத்தான் செய்தார்கள், மாமா என்னை அதட்டியதேயில்லை. அவசரமாக ஏதாவது வேண்டுமானால் கூட மாமி என்னைக் கடைத் தெருவுக்கு அனுப்ப மாட்டாள். "அவனுக்கென்ன தெரியும் பாவம் குழந்தை, கடைக்காரன் அவனை ஏமாற்றி விடுவான்" என்பாள். அதுவும் உண்மைதான். இப்போது எண்ணிப் பார்க்கும்போது, மீதிக் காசையும் தொலைத்துவிட்டு வந்து விடுவேன் என்கிற பயம்தான், மாமி என்னை எந்த வேலையும் ஏவாமல் தடுத்தது, என்று எனக்கு தோன்றுகிறது. எது எப்படியானாலும் எனக்கு சௌகரியமாகத்தான் இருந்தது. பிறந்த வீட்டில் செல்லமென்பதே அறியாத நான் மாமாவுக்கும் மாமிக்கும் செல்லப் பிள்ளையாக வளர்ந்து வந்தேன். மூன்றாவதிலிருந்து ஐந்தாவது கிளாஸ் வரை ஒரு மூன்று வருஷங்கள் - பிறகு முதல் பாரத்திலிருந்து நாலாவது பாரம் வரை ஒரு நாலு வருஷங்கள் ஆக மொத்தம் என் இளமைப் பருவத்தில் ஒன்பது வருஷங்களை நான் என் மாமா வீட்டிலேதான் கழித்தேன். பணத்தில் கருத்து வை என்கிற ஒரு விஷயத்தையாவது நான் அவரிடமிருந்து கற்றுக்

கொண்டிருந்தால் எவ்வளவோ நன்றாக இருந்திருக்குமே என்று என்னையும் மீறிச் சில சமயம் நான் எண்ணுவதுண்டு.

அதே சமயம் அப்படி மாமா வாழ்விலே என்ன வெற்றி கண்டு விட்டார். நான் என்ன தோல்வியடைந்து விட்டேன் என்று எண்ணி நான் என்னைத் தேற்றிக் கொள்வதும் உண்டு. பணம் சம்பாதிப்பது மட்டும் தான் வாழ்க்கை லக்ஷ்யம் என்று சொன்னால் என் மாமா வாழ்விலே வெற்றி பெற்றவர்தான். ஆனால் அவரே தன் வாழ்வில் தோல்வியை எற்றுக் கொண்டு வருந்திய ஒரு காலம் வந்தது. அதை சொல்லத் தானே ஆரம்பித்தேன் இப்போது. ஆனால் அதைச் சொல்லுமுன் அதற்கு ஆதாரமாக அமைந்த சில விஷயங்களையும் சொல்ல வேண்டியது அவசியமாகிறது. நினைவுக்கு வருகிற இங்கொன்றும் அங்கொன்றுமான விஷயங்களை வரிசைப்படுத்திச் சொல்வதிலே தனியாக ஒரு இன்பம் காண முடிகிறது. பணம் என்கிற ஒரு தேவிக்குப் பலியாகி செலவு செய்துவிட்ட பணத்துக்குப் பழங்கணக்கு எழுதித் திருப்திப்படுகிற மாதிரித்தான் இது. செலவு செய்து அடைந்த அதே இன்பம் கணக்கு எழுதி அடைய முடியுமா?

யோசித்துப் பார்க்கும் போது அதுவும் முடியும் என்று தான் தோன்றுகிறது. இல்லாவிட்டால் என் மாமா ஒரு நாள் விடாமல் நாற்பது ஐம்பது வருஷங்களாகக் கணக்கெழுதி வருவானேன் ?

மனிதனுக்கு இன்பம் பெற வழிகள் கணக்கற்றவை இருக்கின்றன. வைக்கோலைச் சுவைத்துச் சாப்பிடுவதில் கூட இன்பம் கண்டு விடுவான் மனிதன்.

பிறர் சொத்தையும் பணத்தையும் எண்ணிப் பார்த்து பெருமையோ சிறுமையோ பட்டுக் கொண்டிருக்கிற மனிதர் களையும் தான் நமக்குத் தெரியுமே!

இது போகட்டும். இப்போது நான் சொல்ல வந்த விஷயம் வேறு. நான் நோஞ்சான் என்று ஏற்கனவே சொல்லி விட்டேன். என் மாமாவும் மாமியும் பார்வைக்கு தெரிந்த நாள்

திடகாத்திரர்களாகத்தான் இருந்தனர். ஆனால் எனக்குத் தெரிந்த நாள் முதலாக மாமாவுக்கு டையாபிடிஸ் என்கிற வியாதி உண்டு. கடவுளின் பெயரை எட்டுத்தரம் சொல்வார் மாமா என்றால் டையாபிடிஸ் என்கிற பெயரை ஒரு நாளில் ஒரு இருபத்திநாலு தடவைகளாவது பயபக்தியுடன் உச்சரிப்பார் அவர். டையாபிடிஸ் என்கிற வியாதிக்கு அரிசி அதிகமாக உபயோகப்படுத்தக் கூடாது. கறிகாய்கள் சேர்க்க வேண்டும் என்று வாரத்தில் இரண்டு நாள் யாராவது சொல்லி வைப்பார்கள். கறிகாய் வாங்குகிற உத்தேசத்துடன் முழுசாக வெள்ளி பணம் ஒரு எட்டணாவை மாற்றி இரண்டணாவுக்குக் கறிகாய் வாங்கி வந்தால் அதிகம் எடுத்துக் கொண்டு கிளம்புவார் மாமா. ஆனால் பணத்தை பாதி நாள் மார்க்கெட்டுக்குப் போய்விட்டுப் பணத்தை மாற்றாமலே அவர் வந்து விடுவதும் உண்டு.

ஒரு சமயம் நான் இண்டர் மீடியட்டில் கோவையில் படித்துக் கொண்டிருக்கும் போது நடந்தது இது. மாமா எட்டணா கொடுத்து கறிகாய், என்னிஷ்ட ப்படி வாங்கிக் கொண்டு வரச் சொன்னார். நான் சமர்த்தாகப் போய் மார்க்கெட்டில் வெண்டைக்காய் பேரம் செய்துவிட்டு, பையில் காசுக்குத் துளாவும் போது காசை எங்கேயோ தொலைத்து விட்டேன் என்பது தெரிந்தது. வழக்கமாக மாமா வாங்கி வருகிற வாழைக்காய் கூட அன்று நான் வாங்கி வரவில்லை. கறிகாய்க்குப் பதில் நான் எட்டணாவை வள்ளிசாக முழுசாகத் தொலைத்து விட்ட விஷயத்தைத் "தொட்டுக் கொண்டே" ஒரு வாரம் பூராவும் சாப்பாடு நடந்தது.

மாமாவின் வியாதிக்குப் பெயர் டையாபிடிஸ். மாமியின் வியாதிக்குப் பெயர் தெரியாது. ஆனால், அவளும் வியாதிக்காரிதான். பட்டணத்து டாக்டர்கள், வேலூர் டாக்டர்கள், தஞ்சாவூர் டாக்டர்கள், கோவை டாக்டர்கள், திருவாரூர் டாக்டர்கள் என்று எல்லோரும் அவர்களுக்குரிய காலத்தில் முயன்றும் அவள் வியாதிக்கு ஒரு பெயர் சொல்ல முடியவில்லை யென்பது அந்த நாட்களில் விந்தையாகத் தோன்றியதுண்டு எனக்கு. இப்போது யோசித்துப் பார்க்கும்

போது பெயர் தந்திருந்தால் மட்டும் என்ன பிரயோசனம் என்று தோன்றுகிறது. முதலில் மாமி பெண் டாக்டர்களிடம் மட்டுமே போவது என்கிற வழக்கத்தை வைத்துக் கொண்டிருந்தாள். பிறகு, டாக்டர் என்று யார் வந்தாலும் மருந்து கேட்பது என்று ஏற்பட்டு விட்டது. எல்லோரும் மருந்து சொன்னார்கள்; மாத்திரைகள், சீல் போட்ட புட்டி மருந்துகள், சீல் போடாத புட்டி மருந்துகள், உள்ளூர்ச் சரக்குகள், வெளியூர்ச் சரக்குகள் எல்லாம் அடுக்கடுக்காக தந்து அலமாரியில் ஏறின. பாதி சாப்பிட்டதும் பாதி சாப்பிடாததுமான மருந்துகள் ஒரு பெட்டி கொள்ளாமல் இன்னொரு பெட்டியிலும் வழிந்து நிரம்பின. ஒன்றும் அம்மாமியின் வியாதியைக் குணப்படுத்தவில்லை.

வைதீகமான மனப்பான்மையுள்ளவர்கள் சிலர் வைதீகமான சடங்குகள் பல சொன்னார்கள். சிலர் சனிக்கிழமை விரதம் சொன்னார்கள். சிலர் ஞாயிறு விரதம் சொன்னார்கள். சிலர் செவ்வாய்க்கிழமை நாள் பூராவும் மௌனமாக இருந்து, ஒரு 'கப்' பால் மாத்திரம் சாப்பிட்டு விட்டு உபவாஸம் இருந்தால் நல்லது என்றார்கள். மாமாவும், மாமியும் வாரம் பூராவும், ஒவ்வொரு நாளும், உபவாசம் இருக்கத்தான் தயாராகவே இருந்தார்களே! சாப்பாட்டுச் செலவும் குறையுமே? ஆனால் பலன்தான் இல்லை. யாரோ சொன்ன தீர்த்த யாத்திரையும் செய்து பார்த்தார் மாமா. இந்தத் தீர்த்த யாத்திரைகளில் மாமா அம்மாமியுடன் போகும் பாக்கியம் எனக்குக் கிடைக்கவில்லை. ஏனென்றால், வேலைக்குக் குந்தகமில்லாமல் மாமா லீவு நாட்களிதான் தீர்த்த யாத்திரை செய்ய வேண்டியதாக இருந்தது. அந்த மாதிரி லீவு நாட்களில் நான் என் தகப்பனார் வீட்டுக்குப் போய்விடுவேன்.

இப்போது எண்ணிப் பார்க்கும் போது என் அப்பாவுக்கும் என் மாமாவுக்கும் இடையே உள்ள வித்தியாசங்கள் நன்றாகவே தெரிகின்றன. மாமா வீட்டைத் தேடி அந்த ஆரம்ப நாட்களில் கூட யாரும் அதிகமாக வர மாட்டார்கள். வந்தாலும், அவசியமிருந்தால் ஒருநாள் இரண்டு நாளுக்கு மேல் தங்க மாட்டார்கள். தங்கினால் சாப்பாடு கிடைக்காது

உதாசீனம் கூடக் கிடைக்கலாம். என் தகப்பனார் வீட்டில் அப்படியில்லை. யார் வந்தாலும், எத்தனை நாள் வேண்டுமானாலும் தங்கிவிடுவார்கள். ஏன் வருகிறார்கள், எதற்காக வருகிறார்கள் என்ற காரணமே வேண்டியதில்லை. யார் யாரோ உறவுக்காரர்கள், உறவில்லாதவர்கள் எல்லோரும் வருவார்கள்; வந்து காரணமில்லாமலே பல நாட்கள் தங்குவார்கள். என் அப்பாவுக்கு முன் கோபம் கொஞ்சம் அதிகம் உண்டு. யாரையாவது பிடித்து எதற்காகவாவது இறைவார். ஆனால் யாரும் அதைப் பொருட்படுத்த மாட்டார்கள். "பேச்சுத்தான் இரைந்து பேசுவானே தவிர, அவன் குணம் தங்கம். மனசில் எவ்வித கல்மிஷமும் இல்லாதவன்'' என்று அப்பாவைப் புகழ்ந்து கொண்டே அவர் இரைந்ததற்காக இன்னும் நாலுநாள் இருந்து விட்டு போவார்கள். நான் கோடை விடுமுறை நாட்களுக்கெல்லாம் விருந்தாளி போல என் வீடு திரும்புகிறபோது, வீட்டிலே எப்போதும் கலகலவென்று கல்யாணம் போலத்தான் இருக்கும். அம்மாவும் முகம் கோணாமல் எல்லோருக்கும் செய்வாள். யாராவது உதவி என்று தேடி வந்தால், அப்பா கடன் வாங்கியாவது கொடுத்து விடுவார். திரும்பி வராத கடன் அது என்று தெரிந்திருந்தாலும் பொருட்படுத்த மாட்டார்.

"இப்படி கண்டவருக்கும் கேட்டவருக்கும் வட்டியில்லாமல் பணம் கொடுத்தால் நமக்குத் தேவைப்படுகிறபோது யாரடா ராஜா நமக்குக் கொடுப்பார்கள்?" என்று மாமா என்னைக் கேட்டார்.

"உன்னிடம் வாங்கிக் கொள்வார்" என்பேன் நான் சிரித்துக் கொண்டே. "உன்னிடம் தான் ஏராளமாகப் பணம் இருக்கே மாமா" என்பேன்.

"ஐயையோ...!" என்பாள் மாமி.

"பணத்தில் ஏராளம் என்று கூட உண்டா?'' என்று என்னைக் கேலி செய்வார் மாமா.

“போதுமான” பணம் கூட சம்பாதித்துச் சேமிக்கத் தெரியாத நான் "ஏராளமான பணம்" என்று பேசியது எவ்வளவு முட்டாள் தனம் என்று இப்போது உணருகிறேன்.

அப்பாவின் குணத்தையும், மாமாவின் குணத்தையும் பற்றியல்லவா சொல்ல வந்தேன்? மாமா இரைந்து யாரையும் ஒரு வார்த்தையும் பேசமாட்டார். கையில் பணமிருந்தாலும், கழுத்தை நெறிக்கிற சமயத்திலும், "இல்லை" என்ற சொல் தான் அவர் வாயிலிருந்து வருமே தவிர, தவறிப் போய்க் கூட “இருக்கு” என்று வந்து விடாது. என் அப்பாவின் குணத்தைக் கொண்டவன் நான். ஔதார்யம் மிக்கவனை உலகம் ஊதாரி என்று சொல்லுகிறது. கஞ்சன் என்று சொல்லுகிற அதே மூச்சில் உலகம் என்னவோ என் மாமாவைப் போன்றவர் களைத்தான் பாராட்டுகிறது என்பது வெளிப்படையாகவே தெரிகிறது. யாரும் நெருங்க மாட்டார்கள்; உண்மைதான். ஆனால் கஞ்சனுடைய காசும் காசுதானே; அதுவும் மதிப்புக் குரியதுதானே என்பது உலகத்தின் கட்சி என்று தோன்றுகிறது.

மாமியின் வியாதியைப் பற்றிச் சொல்லிக் கொண்டிருந்தேன். மாமா தன் டயாபடிஸுக்கு எந்தவிதமான மருந்தும் தேடிச் செல்லமாட்டார். ஆமாம்; மாமியினுடைய பெயர் தெரியாத வியாதிக்கு, அவர் தான் சம்பாதித்ததில் பாதி என்று சொல்லமாட்டேன், பத்தில் ஒரு பங்கு என்றும் சொல்ல மாட்டேன், இருபதில் ஒரு பங்காவது செலவிட்டிருப்பார் என்று எண்ணுகிறேன். ரூபாயைப் பைசாக்களாக மாற்றி, எண்ணி எண்ணிச் செலவு செய்கிற என் மாமா இவ்வளவு செலவு செய்தது பெரிய விஷயம்தானே? ஒவ்வொரு தடவையும் உள்ளத்து ரத்தம் வெளியே தெறிக்கத் தான் தன் பர்ஸிலிருந்து ரூபாயை எடுத்து மருந்து வாங்கி வருவார்.

நான் கோவையில் இண்டர்மீடியட் படிக்கும் போது, மாமியின் வியாதிக்குப் பதினேழு வயது ஆகிக்கொண்டி ருந்தது என்று எண்ணுகிறேன். வருஷத்துக்கு ஒரு முறையாக அவள் பதினேழு குறைக் குழந்தைகளுக்குத் தாயானாள். பிறந்த குழந்தைகள் வயிற்றிலேயே மரித்துப் பிறந்தன என்பது

ஆறுதல் தரக்கூடிய விஷயமாகக் கூட இருந்தது என்றுதான் சொல்லவேண்டும். இந்த வியாதிக்கு டாக்டர் என்ன பெயர் சொல்ல முடியும்? எப்படி வைத்தியம் செய்வார்கள்? பூர்வ ஜன்மத்துப் பாபம் என்று சொன்னார்கள் சிலர்,

நான் சின்னவன் என்கிற உரிமையுடன் ஒவ்வொரு தடவையும் மாமியிடம் சொல்வேன். "மாமி, இந்தத் தடவை நீ ஒரே சமயத்தில் நாலு குழந்தைகளைப் பெற்றுவிடு" என்பேன்.

கண்களில் ஈரத்துடன் "நீ சொல்கிறபடி பலிக்கட்டுண்டா ராஜா" என்பாள் மாமி.

7. அதிருஷ்ட விஷயம்

என் அண்ணன் கண்ணப்பனைப் பற்றிச் சொன்னது போதாது; மேலும் சொல்லவேண்டும் என்று தோன்றுகிறது. ஆனால் அவனைப் பற்றி எனக்கு ஞாபகம் அதிகம் இல்லை, நான் ஒருவிதத்தில் என் அண்ணாத்தையாகிய அவனைச் சந்தித்ததே நாலைந்து தடவைகளில்தான். ஞாபகம் அதிகமில்லாத காரணத்தால் அவன் நினைவுகள் என் சிந்தனையைத் தூண்டும் சக்தி அதிகம் வாய்ந்தவையாக இருக்கின்றன என்று எண்ணுகிறேன்.

மன்னார்குடிக்கு அவனும் அவன் அம்மாவும் வந்து விட்டு, மாமாவிடம் பணம் கேட்டு ஏமாந்து போன சங்கதியை ஏற்கெனவே சொல்லிவிட்டேன். அப்போதே அவன் அப்பாவுக்கு ஏதோ வியாதி. அவருக்கு ஆஸ்பத்திரிச் செலவு செய்யத்தான் தன் அண்ணனிடம் பணம் கேட்டுக் கொண்டு வந்திருந்தாள், சின்னம்மா. மாமா பணம் தரவில்லை.

"தந்திருந்தாலும் வேறு என்ன ஆகியிருக்கப் போகிறதாம்?" என்று மாமி இரண்டு மூன்று வருஷங்களுக்குப் பிறகு ஒரு நாள், திருவாரூரில் இருக்கும் போது சொன்னதாக எண்ணு கிறேன். எனக்கு நன்றாக ஞாபகம் இருக்கிறது; அன்று கண்ணப்பன் தந்தை இறந்து விட்டதாகத் தந்தி வந்தது. மாமா வேங்கடாசலம் போய் விட்டு வந்தாரா இல்லையா என்று மட்டும் எனக்கு ஞாபகம் இல்லை.

நடக்காததையும் நடந்ததாக நினைவுபடுத்திக் கொண்டு சொல்ல வேண்டும் என்று எனக்கு ஆசையில்லை. நடந்ததை மட்டும், நடந்ததில் நினைவு இருக்கிறவரையில் சொல்ல வேண்டும் என்று எண்ணுகிற எனக்கு, இது ஒரு பெரிய

இடையூறாகத்தான் இருக்கிறது. பல விஷயங்களைப் பற்றி நான் அவ்வப்போது அந்தந்தக் காலங்களில் விசாரித்துக் கொள்ளாமலே இருந்துவிட்டேன். விசாரித்த சில விஷயங் களிலும் கூட இப்போதோ அப்போதோ உள்ள கவனக் குறைவினால் பல என் நினைவிலிருந்து நழுவி விட்டன. எஞ்சியுள்ளவற்றை வைத்துக் கொண்டு ஒரு பூரணமான உருவத்தை சித்தரித்துக் கொள்வதென்பது சிரமமான காரியமாகத்தான் இருக்கிறது.

ஆனால், என் மாமியைக் கேட்டால், என்ன சொல்லுவாள். அந்தக் கண்ணப்பனை ஞாபகப்படுத்திக் கொண்டு என்ன ஆகவேண்டும்..? அவனை நினைத்தாலே நினைத்த அன்றைக்கு உண்ண உணவு கூட கிடைக்காதே என்பாள். ஆரம்ப முதலே அவனை அவளுக்கு கட்டோடு பிடிக்கவில்லை என்றுதான் நான் நினைத்தேன். இதற்குக் காரணம் சொல்லுகிற மாதிரி ஒரு தரம் என் அப்பாவைப் பெற்ற பாட்டி சொன்னாள்; "உன் நல்ல பாட்டியும் அவளுடைய இரண்டாவது பெண்ணுமாகச் சேர்ந்து கொண்டு உன் மாமி கலியாணமாகி வீட்டுக்கு வந்தபோது அவளை இல்லாத பாடும் படுத்தினார்கள். இப்போது அவள் என்று சொன்னாள் பாட்டி. உண்மையாகவும் இருக்கலாம். அதற்குப் பழி வாங்கிக் கொள்கிறாள். இதில் என்ன தப்பு?" கண்ணப்பனை மாமி வெறுத்ததற்கு வேறு எதுவும் காரணம் கண்டு சொல்லத் தெரியவில்லை எனக்கு என்று ஒப்புக் கொள்கிறேன்.

போகட்டும். காரணம் என்னவானால் என்ன? கண்ணப்பன் விஷயத்தில் இருபது வருஷங்களில் நடந்த காரியங்களை ஒழுங்குபடுத்தி வரிசையாகவே சொல்லி விடுகிறேனே.

அப்போது எனக்கு என்ன வயது என்று கூட ஞாபகம் இல்லை. ஒரு சமயம் நான் கண்ணப்பனைப் பார்த்த போது, அவன் ஒரு வீட்டுத் திண்ணையில் ஒரு காக்கையைப் பிடித்துக் கட்டிப் போட்டிருந்தான். மிகவும் சாமர்த்தியமான செயலாகப்பட்டது அது என்று எனக்கு ஞாபகம் இருக்கிறது. அதிலிருந்து எனக்கு

அப்போது ஒன்பது பத்து வயதுக்குள் தான் இருக்க வேண்டும் என்று எண்ணுகிறேன். சின்னம்மா உள்ளேயிருந்து கொண்டே "விட்டு விட்டா, அதை பாவம்!" என்று சொல்லிக் கொண்டிருந்தாள். வேட்டி மடியை உருட்டி விட்டுக் கொண்டு அலக்ஷ்யமாக "சுஜன ஜீவனா..." என்று சீட்டியடித்துக் கொண்டு ஆனந்தமாக நின்று கொண்டிருந்தான் கண்ணப்பன். தெருச் சிறுவர்கள் எல்லாருமே வந்து அங்கு கூடிச் செய்த ஆரவாரம் இன்னமும் என் காதில் ஒலிப்பது போல இருக்கிறது. அதற்குப் பிறகு நடந்தது எதுவும் ஞாபகமில்லை. காக்காய் என்ன ஆயிற்று? அது உயிருடன் போய்விட்டதா? என்ன? என்று எவ்வளவு சிந்தித்துப் பார்த்தாலும் ஞாபகம் வரவில்லை.

நான் மாமா வீட்டை விட்டுப் போய் தஞ்சாவூர் ஹைஸ்கூலில் அப்பா வீட்டிலிருந்து கொண்டு ஐந்தாவது பாரமோ ஆறாவது பாரமோ படித்துக் கொண்டிருந்த நாட்களில் சில மாதங்கள் கண்ணப்பன் மாமா வேங்கடாசலத்தின் வீட்டில் தங்கியிருந்ததாகக் கேள்விப்பட்டதுண்டு. ஒரு சமயம், அப்போது மாமா மாயவரத்திலிருந்தார் என்று நினைப்பு. நான் மாயவரம் போன போது கண்ணப்பன் நெட்டைப் பனைமரம் மாதிரி வளர்ந்து ஒரு சைக்கிளில் உட்கார்ந்து கொண்டு சைக்கிள் விடக் கற்றுக் கொண்டு கீழே புழுதியில் விழுந்து புரண்டது ஞாபகம் இருக்கிறது. நான் அந்தச் சமயம், மாமா வீட்டில் தங்கியிருந்த நாலு மணி நேரமும் மாமி கண்ணப்பன் புராணத்தைத்தான் என்னிடம் பாடிக் கொண்டிருந்தாள் என்றும் நினைவு வருகிறது.

அவன் அதிக நாள் மாமா வீட்டிலே தங்கவில்லை. சொல்லிக் கொள்ளாமல், மாமி செய்த கொடுமைகளைத் தாங்காமல் ஓடிவிட்டான். எங்கே போனானோ, யாருக்குத் தெரியும்? மாமி தன் மருமானுக்கு இழைத்த கொடுமையினால்தான் அவளுக்கு வருஷத்துக்கொரு குறைப் பிரசவம் ஆயிற்றென்றும், வியாதி படுத்திற்றென்றும், அவள் தேறவே மாட்டாள் என்றும், பணம் இருந்தால் என்ன, குலத்தை வளர்க்க ஒரு பிள்ளை வேண்டாமா? என்றும் பலர்

பலவிதமாகச் சொன்னதை நான் கேட்டிருக்கிறேன். எனக்குத் தெரிந்த அளவில் கண்ணப்பன் விஷயத்தில் தாங்கள் எதுவும் தப்புச் செய்ததாக மாமாவோ மாமியோ எண்ணியதாகக் கூட அப்போதும் சரி, பிறகும் சரி எனக்குத் தெரியவில்லை.

சாதாரணமாகத் தவறு எனக்குத் தெரியாது என்று சொல்வதுதான் உலக வழக்கம். ஆனால் தவறு எது, தவறு அல்லாதது எது என்று, எந்த உரைகல்லைக் கொண்டு யாருடைய காரியத்தை யார் காண்பது? இந்த விஷயத்தைப் பற்றி யோசிக்க, யோசிக்க, முடிவு காணக் கூடாத விஷய மாகத்தான் இருக்கிறது. நல்லது செய்பவர்கள் மட்டும்தான் நலம் பெறுகிறார்கள் உலகிலே என்று அப்படி ஒன்றும் சுலபமாகச் சொல்லி சாதித்துவிட முடியாது. நம் கண்ணெதிரேயே தப்பு செய்கிறவர்களை அப்படி ஒன்றும் கடவுள் தண்டித்து விட்டதில்லை. தெய்வம் நின்று கேட்கும் சொல்லித் தப்பித்துக் கொள்கிறோம். தவறு செய்துவிட்டுத் தன் வாழ்நாளில் அதற்குரிய பலனை அனுபவிக்காததற்கு ஒரு காரணம் சொல்வதற்காக, அடுத்த ஜன்மத்தில் அனுபவிப்பான் என்று சொல்லி ஆனந்தப்படும் உலகம் இது. கையாலாகாத்தனம் என்று தான் இதைச் சொல்ல வேண்டும் என்று தோன்றுகிறது. ஆனால், நாம் என்னதான் செய்யக்கூடும்? உலகில் நிகழ்கிற தவறுகளுக்கெல்லாம் காரணம் தேடுவதென்றால், அதற்குப் பிறகு யாருக்கும் வேறு எவ்வித அலுவலையும் கவனிக்கப் போதிய அவகாசமே அகப்படாது என்றுதான் சொல்ல வேண்டும்.

மனித சுபாவத்திலே ஒரு பகுதிக்குப் பிறர் செய்கிற தவறுகளை எடுத்துச் சொல்லி ஆனந்தப்படுகிற ஒரு கர்வம் அதிகமாகவே இருக்கிறது என்றுதான் சொல்லத் தோன்றுகிறது. கண்ணப்பன் தாயையும் வீட்டையும் துறந்து விட்டு ஓடிப்போனது என்னமோ உண்மைதான். மாமிதான் அவனைத் துரத்தி விட்டாள். கொடுமைக்காரி என்று எத்தனை சந்தர்ப்பங்களில் எத்தனை பேர் என்னிடம் சொல்லியிருக்கிறார்கள் என்று கணக்கெடுக்கப் புகுந்தால் ஒருநாள் பூராவுமே வேண்டியிருக்கும் என்று தோன்றுகிறது.

சம்பந்தப்பட்டவர்கள், சம்பந்தப்படாதவர்கள், முன்பின் தெரியாதவர்கள், தெரிந்தவர்கள் எல்லோரும் கண்ணப்பனிடம் உண்மையில் இல்லாத ஒரு அநுதாபத்துடன் என்னுடன் அப்போதும் பேசியிருக்கிறார்கள் இப்போதும் பேசுகிறார்கள். ஆனால், பேசிக் கொண்டேயிருப்பார்களே தவிர, இவர்களிலும் யாரும் யாருக்கும் உதவியதாகவும் எனக்குத் தெரியவில்லை. மாமாவும் மாமியும் செய்த குற்றத்தை எடுத்துக்காட்டி ஆனந்திப்பதிலே யுள்ள ஒரு ஈடுபாடு என்பதைத் தவிர வேறு என்ன சொல்ல முடியும் இது பற்றி?

மாமாவோ மாமியோ "ஓடிப் போ" என்று சொல்லி அவனை விரட்டியிருக்க மாட்டார்கள் என்பதும் நிச்சயம். அவன் வீட்டிலிருந்த வரையில் அவனை ஏவுவதற்கு மாமிக்கு ஆயிரக்கணக்கான காரியங்கள் இருந்துகொண்டுதான் இருந்தன. சாப்பாடு சரியாகப் போட்டிருக்கமாட்டாள்; உண்மைதான். சோற்றைத் தின்னும்போதும், வாயால் பொறிந்துகொட்டி, நெஞ்சுக்குக்கீழ் இறங்காமல் பார்த்துக் கொண்டிருப்பாள். மனசிருந்தால் என் மாமியால் எதையும் செய்ய முடியும் என்பதில் எனக்கு நம்பிக்கையுண்டு. வேண்டாத இடத்தில் போய் மாட்டிக் கொண்டது அவன் பிசகுதானே? அம்மாவுடன், இருந்த குடிசையில் மரியாதை இருந்து கொண்டு, நடந்து ஓய்ந்திருந்த கடையைத் தொடர்ந்து நடத்த ஏற்பாடு செய்து கொண்டிருந்தானானால், அவன் உருப்பட்டிருக்கலாம்.

ஆனால், இப்போது அவனுக்கு யோசனை சொல்லப் புகுந்த நான் எவ்வளவு வழிகளில், எப்படி எப்படியெல்லாம் உருப்பட்டு விட்டேன் அவன் வழிகளைச் சுட்டிக் காட்டிச் சொல்ல என்று என்னையே கேட்டுக்கொள்கிறேன். இதுவும் மனித சுபாவத்தில் ஒரு சிறப்பு என்றுதான் எனக்குத் தோன்றுகிறது. ஆயிரக்கணக்கானவர்கள் நம்மிடையே இருக்கிறார்கள். இவர்களில் பெரும்பாலானவர்கள் தங்கள் வாழ்க்கை வழிகளில் நேராகவோ தெம்பாகவோ நடக்காதவர்கள்தான். ஆனாலும், அவர்கள் பிறருக்கு

வழிகாட்ட வந்துவிடுகிறார்கள், என்று எண்ணும் போது நகைப்புக் கிடமாகத்தான் தோன்றுகிறது. நகைப்புக்கிடம் என்றாலும், "இப்படிச் சிரிக்க வேண்டும்" என்று சிரித்துக் காட்டுகிறவர்களும், "அங்கிருந்து பார்த்துச் சிரிப்பது தவறு இப்படிப் பார்த்துச் சிரி..." என்று சொல்பவர்களும் நம்மிடையேயில்லாமல் இல்லை!

இந்திரனைக் கண்ட மூக்கரையன் கதையாகத்தான் வாழ்க்கை நடந்து கொண்டிருக்கிறது என்று சொல்வேன் நான். ஆனால் எல்லோரும் இந்திரனையும் குபேரனையும் காணத்தான் விரும்புகிறார்கள். இந்த விருப்பம் கண்ணப்பனுக்கும் இல்லையா என்ன! இருந்ததினால்தான் அவன் அப்படிச் சொல்லாமல் கொள்ளாமல் ஓடிப்போனான் என்று எனக்குத் தோன்றுகிறது. போனவன் உருண்டு புரண்டு எழுந்து எங்கெல்லாமோ எப்படியெல்லாமோ வேலை பார்த்து இருபது வருஷங்கள் கழித்து கணக்குப் பார்க்கும்போது 'சைபர் ஒன்றுமில்லை' என்கிற நிலைக்குத் தான் வந்திருந்தான். அநுபவங்கள் இல்லையா இருந்தன, இருந்தன. அவற்றை அநுபவிக்க உண்மை உள்ளம் இல்லை. அநுபவித்ததைச் சொல்ல வாயில்லை. ஆனால் அவனும் வாழ்ந்து வாழ்ந்துதான் பெரியவனாகி விட்டான்.

என் மாமா வேங்கடாசலம் ஒன்பதினாயிரத்தைத் தொண்ணூறாயிரமாகப் பெருக்கிக் கொள்ள சென்னை வந்திருந்த சமயத்தில் நான், பல வருஷங்களுக்குப் பிறகு கண்ணப்பனைச் சென்னையில் சந்தித்தேன்.

"என்ன அண்ணாத்தையா? அடையாளமே தெரியலியே...?" என்றேன். அடையாளம் தெரியத்தான் இல்லை. ஒட்டுப்போட்ட அழுக்குச் சட்டையும், நாறிய சடையும், சிக்குப்பிடித்த தலையும், கரியும் எண்ணெயுமாக விளங்கிய வேஷ்டியுமாக அவனை அடையாளம் தெரியத் தான் இல்லை.

ஆனால், அவன் கை வழக்கம் போல அவன் வேட்டித் தலைப்பை முறுக்கி விட்டுக் கொண்டிருந்தது. வாய், "சுஜன

ஜீவனா'' என்று வழக்கம் போல ஊதிக் கொண்டு தான் இருந்தது.

"எப்படித் தெரியும்?" என்றான் கண்ணப்பன். "என்னடா பண்ணிக் கொண்டிருக்கே?" என்று கேட்டேன்.

"ஏதோ பண்றேன். கேட்காதேயேன்..."

“ஓடிப்போனவனுக்கு அதிர்ஷ்டம் வந்திருக்கலாமே என்றுதான் கேட்கிறேன். கஷ்டப்படாமல் சம்பாதிச்சு சாப்பிடுகிறயா?'' என்று உலக வழக்கத்தின்படிக் கேட்டேன்.

"கஷ்டப்படுகிறேன். சாப்பிடாமல் இருக்கிறேன் பாதி நாள்'' என்று சுருக்கமாகச் சொன்னான்.

"வீட்டுக்கு வா, இரண்டு நாள் இரு. அம்மா ஊரில் கஷ்டப்பட்டுக் கொண்டிருக்கிறாளே போய்ப் பாரேன், சந்தோஷப்படுவாள்" என்றேன்.

"பிள்ளை இப்படி இருக்கிறானே என்று எந்த அம்மாவும் சந்தோஷப்படமாட்டாள். வரட்டுமா?'' என்று திடீரென்று திரும்பிக் கூட்டத்தில் மறைந்து விட்டான்,

வீட்டுக்குப் போனதும் மாமாவிடம் முதல் காரியமாகக் கண்ணப்பனைப் பார்த்ததைத் தெரிவித்தேன். உடனேயே ஏன் தெரிவித்தோம் என்கிற எண்ணமும் வந்து விட்டது. "அந்த துரதிருஷ்டத்தைப் பற்றி நல்லவேளையில் பேச்செடுக்காதே" என்றார் மாமா.

அவருக்கு எந்த வேளையும் நல்ல வேளைதான். பணம் வருகிற வேளையெல்லாம் ஒரு கணக்கின்படிப் பார்த்தால் நல்ல வேளைதானே? என் முக பாவத்தைப் பார்த்ததும் மாமா சொன்னார்; "அவன் மைலாப்பூரில் தான் இருக்கிறான். ஒரு ஹோட்டலில் மேசை துடைப்பவனாக இருக்கிறான் என்று எனக்குத் தெரியும்" என்றார்.

அவர் கண்களிலும் அவன் பட்டிருந்தான் போலும். ஏன் அவர் அவனுக்கு இப்பவாவது உதவி செய்வதாகக் கூறவில்லை? தொண்ணூறாயிரமாகிக் கொண்டிருந்த ஒன்பதினாயிரத்தில் கிட்டத்தட்ட இரண்டு ஆயிரமாவது கண்ணப்பனுடைய பணம்தான் என்று என் அப்பா... அடிக்கடி சொன்னது எனக்கு ஞாபகம் வந்தது. கண்ணப்பனுடைய வீட்டை விற்று வந்த இரண்டாயிரத்தைப் பத்திரமாக வைத்திருப்பதாக வாங்கித் தன் தங்கையை ஏமாத்தி விட்டார் மாமா என்று ஊரில் எல்லோரும் சொல்லிக் கொண்டிருந்தார்கள். இது விஷயமாக உண்மை எதையும் நிண்டி நிண்டிக் கண்டுபிடிக்க எனக்கு ஆர்வமே ஏற்படவில்லை.

"இரண்டாயிரம் ரூபாய் பெறுமான வீடுள்ளவர்கள் ஏன் சரியானபடி வைத்தியம் பார்த்திருக்கக்கூடாது? எதற்கெடுத்தாலும் அண்ணனையே 'பணம் பணம்' என்று கேட்டு அவமானப்படுவானேன்?" என்று நான் அப்பாவை ஒரு நாள் கேட்டேன்.

"அண்ணன் நல்ல நிலமையிலிருப்பதால் வாங்கிக் கொள்ளலாமே என்கிற ஆசைதான் எந்த ஸ்திரீக்கும். வீட்டை விற்றுப் பணமாக்கிச் செலவு செய்தால். எத்தனை நாளைக்கு வரும்?" என்றார் அப்பா.

எனக்கு என்னவோ பிறருக்குச் சுலபமாகப் படுகிற பணம் பற்றிய விஷயங்கள் தெளிவாகத் தெரிவதில்லை. என் புத்தியிலே எங்கேயோ ஒரு இருட்டுப் புள்ளி இருக்கிறது என்றுதான் எனக்குத் தோன்றுகிறது. இதையெல்லாம் சிந்தித்த படியே "மாமா, இப்பத்தான் நூறு ரூபாய் போட்டு அவனுக்கு ஒரு சின்னக் கடையாக வைத்துக் கொடேன்" என்றேன்.

ஏதோ சொல்ல வாயெடுத்தார் மாமா. ஆனால் எதுவும் சொல்லவில்லை. ஆனால் அவர் என்னைப் பார்த்த பார்வை அர்த்தம் நிறைந்ததாக இருந்தது. ஒரு மனிதனை உயர்த்தியும் ஒரு மனிதனைத் தாழ்த்தியும் விடுகிற சக்தி ஏதோ ஒன்று புரிந்துகொள்ள முடியாதது இருக்கிறது என்று எனக்குத்

தோன்றிற்று. மனிதன் அதிருஷ்டம் என்கிறான். நல்லது - பொல்லாதது என்று சம்பந்தமில்லாமல் ஏதேதோ சொல்லுகிறான். வெறும் அதிருஷ்டம் என்கிற ஒரு அசட்டுத் தெய்வத்தின், ஒரு குருட்டுத்தனத்தின் தொண்ணூறாயிரமாகப் பெருகிற்று? கண்ணப்பன், மேசை துடைத்துக் கொண்டிருந்தான் ஹோட்டலில்?

அவனைத் தேடிப் பிடித்து, என் மாமாவுக்குக் கிடைத்த தொண்ணூறாயிரத்தில், தன் இரண்டாயிரத்துக்குரிய பங்கைக் கேட்கச் சொல்ல வேண்டும் என்று எண்ணினேன் நான். இப்போது தெரிகிறது அது எப்படிப் பட்ட குருட்டு யோசனை என்று.

8. உத்தியோகத் தாழ்வு

வேங்கடாசலத்துக்குப் பண விஷயத்தில் ஏராளமாகவே அதிருஷ்டம் இருந்தது. அவர் தொட்டதெல்லாம் அவரைப் பற்றிய வரையில் துலங்கிற்று. ஆனால், அவரிடம் கடன் வாங்கியவர்கள் யாருக்கும் அவர் தந்த பணம் சரியான படிப் பயன்படவில்லையென்று ஒரு 'புகழும்' பரவியிருந்தது. அதற்காக அவசியமானபோது யாருமே அவரிடம் பணம் கேட்டுக் கொண்டு வராமல் இல்லை. நூறு ரூபாயாகக் கொடுத்துவிட்டு உரியதற்கு மேல் அதிகமாக எப்படியோ, நியாயமாகவோ நியாயமில்லாமலோ, பெற்றுக் கொள்ளும் சாமர்த்தியம் இருந்தது அவருக்கு. அதைச் சாமர்த்தியம் என்று சொல்வதா, அதிருஷ்டம் என்று சொல்வதா, அல்லது வேளை என்று சொல்வதா? என்ன சொன்னால் என்ன அவருக்கு டயாபடீஸ் முற்ற முற்ற அவரிடம் பாங்கில் பணமும் ஏறிக் கொண்டிருந்தது. அவர் மனைவிக்கு ஒரு குறைப் பிரஷவத்திற்கு இத்தனை ஆயிரம் என்று கணக்கு வைத்துக்கொண்டு லக்ஷ்மி தேவியே அள்ளிக் கொடுப்பது போல இருந்தது.

"என்ன இருந்தால் என்ன? அநுபவிக்க உடல் நலம் இல்லையே" என்றும், "பின்னர் அநுபவிக்க பிள்ளை யில்லையே" என்றும் அவர்கள் காதில் படவே வேண்டாதவர்கள் பேசுகிற நிலைமை வந்து கொண்டிருந்தது.

அது ஒரு பக்கம், உத்தியோகத்தில் மாமாவுக்கு நல்ல பெயரில்லை என்று சொன்னால் அது விஷயத்தை மிகவும் குறைத்துச் சொல்வதாகும். உண்மையில் மிகவும் கெட்ட பெயர் அவருக்கு.

மாமாவுடைய தொழில் திறமையின்மையை விளக்கப் பிற்காலத்தில் நடந்த ஒரு சம்பவம் எனக்கு இப்போது ஞாபகம் வருகிறது. அப்போது நான் இண்டர் மீடியட்டில் கோயம்புத்தூரில் படித்துக் கொண்டிருந்தேன், மாமா வீட்டிலிருந்து கொண்டுதான். அந்தக் காலத்தில் இண்டர் மீடியட் காலேஜும் உயர்நிலைப் பள்ளியும் அங்கு ஒன்றாக இருந்தன. மாமா பள்ளிக் கூடத்தில் உபாத்தியாயர், நான் காலேஜில் மாணவன். மாமாவுடைய இஷ்டப் பாடம் எம்.ஏ.யில் சரித்திரம். அதுவரை சரித்திரப் பாடம் சொல்லிக் கொண்டி ரந்த வேங்கடாசலத்தைத் தூக்கி - வேறு ஒரு உபாத்தியாயர் நிரந்தரமாக சீக்காகப் படுத்துவிட்டார் என்பதற்காக, வருஷ முடிவு வரையில் ஐந்தாவது பாரத்துக்கு ஆங்கிலப் பாடம் கற்றுக் கொடுக்க வேண்டும் என்று உத்தரவிட்டார்கள்.

வேங்கடாசலத்துக்கு ஆங்கிலத்தில் சுயமாக ஒரு அறிவுண்டு. மணிமணியான எழுத்துக்களில் மிகவும் எளிய வாக்கியங்களாகக் கொடுத்து அற்புதமாக எழுதிவிடுவார். அவ்வளவுதான். அவருக்கு இலக்கணமோ, வார்த்தைக் கூட்டுப் பிரிப்பதோ சேர்ப்பதோ, வாக்கிய அமைப்பை எடுத்து பிரித்துச் சொல்வதோ வராது. இப்போதுள்ளது போல அந்த நாட்களில் நான் சொல்லுகிற காலத்தில் பையன்கள் பகிரங்க உபயோகத்துக்கும், உபாத்தியாயர்கள் அந்தரங்க உபயோகத்துக்கும் என்று, நோட்ஸ் என்று சொல்லப்படுகிற புஸ்தகங்கள் கிடையாது. இருந்த நோட்ஸ்களுக்கும் பத்திரிகைகளில் படாடோபமாக விளம்பரம் செய்து கொண்டு தெருவில் பவனி வருவது கிடையாது. ஏதோ தகாத காரியம் செய்ய முற்படுபவர்கள் போல, திருட்டுத் தனமாகத்தான், பதுங்கிப் பதுங்கித்தான் நோட்ஸ் காரர்கள் வெளி வருவார்கள்.

வேங்கடாசலத்துக்கு நோட்ஸ் ஒன்றும் சமயத்தில் சிக்கவில்லை. அப்பொழுதுதான், எஸ்.எஸ்.எல்.சி. பரீக்ஷையில், அதுவும் ஆங்கிலத்தில் நல்ல மார்க்குகளுடன் நான் பாஸ் செய்திருந்தேன். லேசாக சொல்லிச் சிரித்துக்

கொண்டே மாமா ஒரு ஆங்கில வாக்கிய அமைப்புப் பிரிவுக்கு என் உதவியை நாடினார். அன்று எனக்கு மாமாவிடமும் மாமியிடமும் ஏதோ கோபம். என்ன கோபமாக இருக்கும் என்று சிந்தித்துப் பார்க்கும் போது அந்த இரண்டு வருஷங்களும் வளருகிற பையனான எனக்குப் போதிய உணவு கிடைக்காத கோபம்தான் என்று தோன்றுகிறது. அவர்கள் பேரில் வஞ்சனை ஒன்றுமில்லை. அவர்கள் சாப்பிட்டதைத்தான் எனக்கும் போட்டார்கள். மட்ட அரிசிச் சோறும், வற்றல் குழம்பும், சுட்ட அப்பளமும் மூணு பங்கு நீரும் ஒரு பங்கு மோரும் கலந்த நீர்மோரும் போட்டார்கள். ஒரு நாள் போதும், இரண்டு நாள் போதும், ஆறு மாதங்கள் தினமும் இதையே சாப்பிட்டால் எப்படிப் போதும்? நான் ரகசியத்தில் ஹோட்டலில் கணக்கு வைத்துக் கொள்ள ஆரம்பித்தேன். அப்போது ஆரம்பித்த ஹோட்டல் பழக்கம் முப்பது வருஷங்களுக்குப் பிறகும், இப்போதும், என்னை விட்டபாடில்லை என்றுதான் சொல்ல வேண்டும். வீட்டில் வயிறாரச் சாப்பிட்ட பிறகும், உடனேயும் ஹோட்டலைத் தேடிக் கொண்டு போகிற பழக்கம் எனக்கு ஏற்பட்டது அந்த நாட்களில்தான்.

அன்று எனக்குக் கடன் தந்த ஹோட்டலில், ஏதோ சண்டை என்று எனக்கு ஞாபகம்.. "கணக்கு ஏறிவிட்டது. இன்று பணத்தைக் கொடுத்து விட்டு இட்லியோ தோசையோ சாப்பிடு" என்றிருப்பான் ஹோட்டல் முதலாளி, வேறு என்ன? அப்பாவிடமிருந்து எனக்குப் பணம் வர இரண்டு நாட்கள் இருந்தன.

இதெல்லாமாகச் சேர்ந்து எனக்கு மாமாவிடம் பிரமாதமான கோபம். அவர் தந்த வாக்கியத்தைக் கொஞ்சம் பிரித்துக் கொடுத்தேன். சற்று நிரடான வாக்கியம்தான். சொல்ல வேண்டியது இன்னதென்று தெரிந்திருந்தும், வேண்டுமென்றே விஷயம் தெரியாத மாமாவுக்குப் புரியாதபடி லேசாக மாற்றித் தப்பாகச் சொன்னேன். அதை மனசில் கெட்டியாக உருவேற்றிக் கொண்டு மாமா பள்ளிக்

கூடத்துக்குப் போனார்.

அத்துடன் நான் நின்றிருந்தால் பாதகமில்லை. ஐந்தாவது பார மாணவன் ஒருவன், அவன் பெயர் எஸ். எஸ்.ஆர். முத்தையன் என்று ஞாபகம் இருக்கிறது எனக்கு. அவனிடம் போய் மாமா வகுப்பில் வாக்கியத்தை பிரித்துக் காட்டும் போது இது ஏன் இப்படி என்று கேட்கும்படியும், இந்தப் பிரிவு தப்பு இதுதான் சரி என்று அழுத்தமாகச் சொல்லும் படியும் தூண்டி விட்டேன். வகுப்பில் என்ன அமர்க்களம் நடந்ததோ எனக்குத் தெரியாது. அதற்குப் பிறகு வேங்கடாசலம் என்னிடம் எவ்வித சந்தேகமும் கேட்பதில்லை. அன்று நடந்ததைப் பற்றி நேரடியாக என்னிடம் பேசியதில்லை. பல வருஷங்களுக்குப் பிறகு மாமி ஒரு தரம் சொல்லித்தான் எனக்குத் தெரியும், நான்தான் விஷமமாகச் செய்தேன் என்று மாமா அன்றே புரிந்து கொண்டிருந்தார் என்று. ஆனால் அதுபற்றி அவர் என்னிடம் கோபித்துக் கொண்டது இல்லை. ஐந்து ரூபாயாவது வரவு வருவதானால் கோபித்துக் கொண்டிருப்பார் என்று எனக்குத் தெரியும். லாபமில்லாமல் அல்பத்தனமாகக் காரியம் எதுவும் செய்யமாட்டார் அவர். என்னைக் கோபித்துக் கொண்டு லாபம் என்ன?

திருவாரூரில் சர்க்கார் உயர்நிலைப் பள்ளியில் என் மாமா உபாத்தியாயராகச் சேர்ந்த வருஷமே அந்தப் பள்ளிக் கூடத்துக்கே ஆபத்து வந்துவிட்டது என்று எனக்கு ஞாபகம் இருக்கிறது. பள்ளிக் கூடத்தை ஒட்டியிருந்த கீற்றுக் கொட்டகைகளில் தீ பிடித்துக் கொண்டு திகுதிகு வென்று ஒரு நாள் பூராவும் எரிந்தது. நாங்கள் எல்லோரும் போய் வேடிக்கை பார்த்தோம் என்று ஞாபகம் இருக்கிறது. அதற்குப் பிறகு இரண்டு மூன்று மாசங்களுக்கெல்லாம் வேறு ஏதோ ஒரு இலாகா சௌகரியம் காரணமாகப் பள்ளிக் கூடத்தையே சர்க்கார் கைவிட்டுப் போய்விட்டது. அது ஜில்லா போர்டு பள்ளியாகி விட்டது. அப்போது வாங்கிக் கொண்டிருந்த தொண்ணூற்றி மூணே முக்கால் ரூபாய் சம்பளத்தை எவ்வித உயர்வு மில்லாமல் மாமா ஒரு ஏழெட்டு வருஷங்களுக்கும் அதிகமாக வாங்கினார். வேறு யாராவதாக இருந்தால்,

வேலையை ராஜிநாமாச் செய்துவிட்டுப் போயிருப்பார்கள். அப்படியில்லை. மாமா விட்டு விடத் தீர்மானித்திருந்தாலும் மாமி குறுக்கே நின்றிருப்பாள். அவள் இஷ்டம் அது. சம்பளம் வந்தாலும் வராவிட்டாலும் சர்க்கார் உத்தியோகம்தான் வேண்டும் என்பது அவள் இஷ்டம், அவள் இஷ்டத்துக்கு வேங்கடாசலம் எதிர் சொல்ல, அவர்... யார்?

சைதாப்பேட்டையில் மாமா எல்.டி.க்குப் படித்துக் கொண்டிருக்கும் போது, நானும் சைதாப்பேட்டை மாடல் ஸ்கூலில் முதல் பாரம் போனேன். அங்குள்ள படித்தேன் என்று ஞாபகம். அங்கு இருக்கும்போதுதான் எனக்கு அம்மை போட்டிருந்தது. என் நல்ல பாட்டி இறந்ததும் அங்கேதான். பெரியம்மை போட்டியதால், நான் பள்ளிக் கூடம் போகாமல் பல நாள் இருந்து விட்டேன். உடல் தேறிப் பள்ளிக்கூடம் போய்விட்டு வந்த அன்று சாயங்காலம் என் மாமா என்னைக் கூப்பிட்டு "ஏண்டா ராஜா? பள்ளிக் கூடத்தில் பல பாடங்கள் நடந்திருக்குமே எப்படிப் படித்துப் பாஸ் பண்ண முடியும்?" என்று கேட்டார்.

"முடியலாம். பார்க்கிறேன் மாமா" என்றேன்.

"நன்றாகப் படி, உடம்பைக் கெடுத்துக் கொள்ளாமல் படி" என்றார் மாமா.

"படிக்கிறேன் மாமா" என்றேன். பிறகு பள்ளிக் கூடத்தில் அன்று கேள்விப்பட்ட ஒரு விஷயம் ஞாபகம் வந்தது. "இங்கே வாழைக்காய் வாத்தியார் என்று ஒரு வாத்தியார் இருக்காராமே. அவருக்கு ஒரு சீப்பு வாழைக்காய் வாங்கித் தந்துவிட்டால் தானாகப் பாஸ் போட்டு விடுவாராம், பையன்கள் சொல்கிறார்கள்" என்றேன்.

மாமா பதில் சொல்லவில்லை. ஆனால் அவர் முகம் கறுத்துச் சிறுத்தது என்று நினைவு வருகிறது எனக்கு. அப்போது பக்கத்திலிருந்த மாமி கூட ஒன்றும் வார்த்தை சொல்லாமல் முகத்தை வலித்துக் கொண்டு உள்ளே போய் விட்டாள். இதற்கெல்லாம் அர்த்தம் எனக்கு அப்போது புரியவில்லை.

இப்போது எண்ணிப் பார்க்கும்போதுதான் தெரிகிறது. வேங்கடாசலத்தையே தான் வாழைக்காய் வாத்தியார் என்று என் சக மாணவர்கள் குறிப்பிட்டிருந்திருக்க வேண்டும். சைதாப்பேட்டையிலிருந்த வரையில் சீரக ரஸம் அல்லது வற்றல் குழம்புடன் காய்ச்சிய அப்பளத்துக்குப் பதில், வாழைக்காய் கறியே நாங்கள் அதிகமாகச் சாப்பிட்டோம்.

வாழைக்காய் வாத்தியாராக எல்.டி. பட்டம் பெற்ற வேங்கடாசலம் உத்தியோகத்தில் அடைந்த அடை மொழிகள், பட்டப் பெயர்கள், சொல்ப ஏற்றங்கள், ஏராளமான தாழ்வுகள் எல்லாவற்றையும் சொல்லப்போனால் ஒரு பிரம்மாண்ட புராணமே எழுத வேண்டியதாக இருக்கும். தவிரவும் அவருடைய அந்தப் பக்கம் எனக்குச் சரியாகத் தெரியவும் தெரியாது என்றே சொல்லவேண்டும். அங்கொன்றும் இங்கொன்றுமாக வேண்டாதவர்கள் சொல்லி ஒன்றிரண்டு விஷயங்கள் காதில் விழுந்ததுண்டு. ஒன்றிரண்டு விஷயங்கள் நானே நேரில் கண்டு "ஓஹோ இப்படியா?" என்று அனுமானித்துக் கொண்டவை. பல சமயங்களில் வேங்கடாசலம் அவசரம் அவசரமாகப் பட்டணத்துக்கு வந்து உரிய அதிகாரிகளைப் பார்த்துத் தாழ்வுகள் ஏற்படுமுன் நிரவிச் சரி செய்யப் பார்த்ததுண்டு என்பதும் எனக்குத் தெரியும். இந்த மாதிரிச் சந்தர்ப்பங்கள் சிலவற்றில் நான் சென்னையிலிருந்த போது என் வீட்டிலேயே வந்து தங்கியிருந்திருக்கிறார் அவர்.

பல தடவைகள் உயர்நிலைப் பள்ளியிலிருந்து, உபாத்தியாய மாணவப் பள்ளிக்கும், பயிற்சிப் பள்ளியிலிருந்து உயர்நிலைப் பள்ளிக்குமாக அவரை மாற்றியிருக்கிறார்கள். பயிற்சிப் பள்ளி மாணவர்கள், குருகுலவாசம் செய்ய வந்த அந்தக் காலத்து சிஷ்ய கோடிகள் போல, அவர் வீட்டில் வேட்டி துவைப்பது முதல், சைக்கிள் துடைத்து, கறிகாய் வாங்கிக் கொண்டு வருவது வரையில் எல்லாக் காரியங்களையும் பக்தி சிரத்தையுடன் செய்து தங்களுடைய ஆறு ரூபாயா? ஏழு ரூபாயா? மாந்திர ஸ்டைபண்டுகளை என் மாமாவுடைய தயவால் பெற்றுப் போவதை நான் பார்த்திருக்கிறேன். நான் காலேஜ் படிப்பையெல்லாம் முடித்துக் கொண்டு

பட்டணத்தில் இருக்கும் போது ஒரு சமயம் ஏதோ ஒரு சிறிய ஊரில் ஊர் பெயர் இப்போது ஞாபகமில்லை மாமா டெபுடி இன்ஸ்பெக்டராக இருந்தார். நான் போய் வீட்டில் ஒரு நாள் பூராவும் தங்கினேன். யார் யாரோ வந்து ஏதோ கல்யாணத்துக்குத் தருவது போல எதெதையோ கொடுத்துவிட்டுப் போனார்கள். ஒருவன் ஒரு வாழையிலைக் கட்டுக் கொணர்ந்தான். வேறு ஒருவன் வீடெல்லாம் நாற்றம் பரப்பின ஒரு பலாப் பழத்தைக் கொண்டு வந்து தந்தான். ஒருவன் ஒரு ஈயச் சொம்பில் நெய் கொண்டு வந்து தந்தான் அவன் செம்பையுமே விட்டு விட்டுப் போய்விட்டான் என்று கவனிக்க எனக்கு ஆச்சரியமாக இருந்தது. வந்து போனவர்கள் எல்லோருமே சுற்று வட்டத்து எலிமெண்டரி ஸ்கூல் வாத்தியார்கள் என்று விசாரித்து அறிந்து கொண்டேன் நான். அதற்கு மேல் விசாரிக்க எதுவும் அவசியமிருந்ததாக எனக்குத் தெரியவில்லை. பலாப்பழம் மட்டுமல்ல; நெய் மட்டுமல்ல; அங்கிருந்த காற்றே நாற்றமடித்தது என்றுதான் எனக்குத் தோன்றிற்று.

இன்று கூட நான் இதெல்லாம் ஏன், எப்படி என்று என்னையே கேட்டுக் கொள்கிறேன், எனக்குப் பதில் கிடைக்கவில்லை.

என் மாமா வேங்கடாசலம், ஏன் என்றோ எப்படி என்றோ, கேட்டுக் கொண்டதேயில்லை.

கேட்டுப் பார்த்துக் கொண்டிருந்தாலும் அவராலும் அதற்குப் பதில் எதுவும் கூறியிருக்க முடியாது. அவர் அப்படி ஒன்றும் பிரமாதமான அறிவாளி அல்ல என்று நான் ஏற்கெனவே குறிப்பாகச் சொல்லிவிட்டேனே !

என் மாமி மட்டும் ஏன் என்று கேட்டு, எப்படி என்று விசாரிக்கத் தொடங்கியிருந்தாளானால், உலகுக்கே வழி காட்டக்கூடிய அளவில் ஒரு புதிய தத்துவ தரிசனம் உண்டாகியிருக்கும் என்று எனக்குத் தோன்றுகிறது. ஒரு விஷயத்தைப் பூரணமாக அலசி அறிவதில், அலசாமலேயே சில சமயம் அறிந்து கொண்டு விடுவதில் மாமிக்கு ஈடு வேறு

யாரும் கிடையாது என்பது என் அநுபவம். ஆனால், ஏன் எப்படி என்பதிலோ, மனித குலத்துக்கு ஒரு தத்துவம் வகுத்துத் தரவேண்டும் என்பதிலோ அவளுக்கு ஆர்வம் கிடையாது. எலிமெண்டரி ஸ்கூல் உபாத்தியாயர்கள் வாசல் வழியாக வந்து தைரியமாகத் தந்ததையும், தைரியமில்லாமல் கொல்லை வழியாகப் பதுங்கி வந்து தந்ததையும் எடுத்துப் பத்திரப்படுத்துவதற்கும், வீட்டுக் காரியங்களைக் கவனிக்கவும், சமையலுக்கான கடுகை எண்ணிப் போடுவதிலும், கொடுக்கல் வாங்கலில் சிக்கலானவற்றைத் தனக்கும் தன் கணவனுக்கும் ஞாபகப்படுத்திச் செய்ய வேண்டியதைத் தீர்மானிப்பதற்குமே மாமிக்குப் பொழுது சரியாக இருந்தது.

நெய்யல்லாத நெய்யும், பழைய ஈயச் செம்பும், அழுகிய பலாப் பழமுமாக வந்து கொண்டிருந்த நாளிலேயே மாமாவிடம் ஏராளமாகப் பணம் சேர்ந்து விட்டது. மாமியின் இடுப்பில் கனமான சாவிகள் பத்திருபதுடன் ஒரு கொத்து, வெள்ளிக் கிளிப்புடன் ஏறிக் கொண்டிருந்தது. சாவிக் கொத்தின் கனத்தைத் தாங்கக் கூடிய இடுப்புத்தான் அது, தங்கம் வெள்ளியையும், பச்சை சிவப்பையும் நகைகளாக அணிந்த மாதிரி, மாமி அந்தச் சாவிக் கொத்தை நகையாகத் தான் அணிந்து கொண்டிருந்தாள் என்று நான் நினைப்பதுண்டு. சிலபேருக்கு புல்லாக்கு பொருத்தமாக இருக்கும். சில பேருக்குக் காதில் அணியும் மாட்டல் பொருத்தமாக இருக்கும். சில பேருக்குக் கையில் நெளி பாந்தமாக இருக்கும்.

அதேபோல அந்தச் சாவிக்கொத்து என் மாமிக்குப் பொருத்த மாகவே இருந்தது.

"மாமி... அந்தக் கொத்திலே கல் வைத்திழைத்தால் நன்றாக இருக்குமே!" என்றேன் நான் ஒரு சமயம்.

நான் கிண்டலாகச் சொல்கிறேனோ என்கிற நினைப்பே தோன்றவில்லை மாமிக்கு. பாங்கிலே நூறு ரூபாய்

கணக்குக் கூட இல்லாத நான் ஒரு சாவிக் கொத்துக்கூட அவசியமில்லாத நான் சாவிக் கொத்துப் போன்ற தெய்வீகமான விஷயங்களைக் கிண்டல் செய்வேன் என்று மாமி எப்படி எதிர்பார்த்திருக்க முடியும். "செய்ய வேண்டியது தான்" என்றாள் மாமி சுருக்கமாக அடுத்த தடவை நான் அந்தச் சாவிக் கொத்தைப் பார்த்தபோது அதன் வெள்ளிக்கிளிப்பில் கண்கள் போல இரண்டு பொடிப் பச்சைக் கற்களும் இருந்தன, பொருத்தமாக. அழகாகத்தான் இருந்தது அதுவும்.

"ஏராளமாகத்தான் இருக்கிறதே! இந்த நெய்யும் வாழைக்காயும், பலாப்பழமும் இல்லாதவர்களிடமிருந்து உனக்கு எதற்கு மாமி ?" என்று நேரடியாக நான் கேட்டிருந்தால் மாமி என்ன பதில் சொல்லியிருப்பாள் என்று யோசித்துப் பார்க்கிறேன். "அவர்களிடம் இருக்கிறது. தரட்டுமே" என்பாள். அல்லது "இதுவும் சேர்த்துதான் லட்சம் ஆக வேண்டும்" என்பாள். அல்லது "கொடுத்ததை, அதுவும் பிரியமாகக் கொடுத்ததை வாங்கிக் கொள்ளாவிட்டால் பாவம்" என்பாள். ஏதாவது பொருத்தமாகத்தான் சொல்லுவாள். மாமிக்கு இந்த மாதிரி விஷயங்களில் பேச்சுக்கு விவாதத்துக்கு முடிவு சொல்லிவிடும் திறமையுண்டு என்றுதான் சொல்லவேண்டும்.

மாமாதான் அப்பாவி. பணத்தை சேர்ப்பது தவிர அவருக்கு வேறு எதுவும் கைவரவில்லை, பாவம்!

9. புத்திரப் பேறு

அநித்தியமான மனிதன் நித்தியத்துவத்தை விரும்புகிறான். இந்த நித்தியத்துவ ஆசை எத்தனையோ விதங்களாக உருவெடுக்கிறது. தான் நிலைக்க முடியாது; ஆனால் தனக்குப் பின் ஏதாவது தன்னுடையது என்று நிலைக்க வேண்டும் என்று சாதாரண மனிதன் எண்ணுகிறான். அந்த எண்ணம் காரணமாகத்தான் மனிதர்களிடையே புத்திர தாகம் இவ்வளவு அதிகமாக இருக்கிறது என்று சொல்லலாம் என்று எனக்குத் தோன்றுகிறது..

வேதாந்த மனப் பக்குவம் பெற்றவன் உலகில் தான் இருந்த சுவடு தெரியாமல் தான் இருந்த இடத்தில் கறை படியாமல் போய்விட வேண்டும் என்றே எண்ணுகிறான். ஆனால் உலகில் ஆட்சி செலுத்துகிற தத்துவங்களிலே வேதாந்த தத்துவம் சிறந்தது என்று ஒப்புக் கொள்கிறவர்களில் லக்ஷத்தில் ஒருவர்தான் அதைப் பயனுறப் பின்பற்றத் தயாராக இருப்பார்கள். சமாதி கட்டிக் கொள்ள வேண்டும் என்றும், போட்டோ படங்கள் எடுத்தோ, சிலைகள் நிர்மாணித்தோ தான் போன பின்னரும் தன் ஞாபகத்தை உலகில் நிலவச் செய்ய வேண்டும் என்றும், தனக்குப் பின் தன் புகழ் நிலைக்க வேண்டும் என்றும், தன் வீடு தன் நிலங்கள், தன் குடும்பம் என்று விஷேமாகப் பெருமையுடனும் புகழுடனும் பலவிதத்தில் உலகில் நினைவுச் சின்னங்கள் இருக்க வேண்டும் என்றும் எண்ணாதவர் யார்?

என் மாமா அரைப் பைசா விடாமல் கணக்கெழுதிச் சேர்த்தார். வாயைக்கட்டி, வயிற்றைக்கட்டி ஏராளமாகவே சேர்த்து விட்டார். அவர் கொடுத்த இடங்களில் எது எப்படியானாலும், அவருடைய பணம் ஒன்றுக்குப் பத்தாகவே கிடைத்தது. தொண்ணூற்றி மூணேமுக்கால் ரூபாய்ச் சம்பளத்தை,

வாழைக்காயும் நெய்யும் புடலங்காயும் தருகிறவர்களிடம் வாங்கிய சிறிய அளவில் பெருக்கிக் கொள்ளவே முயன்றார் அவர். எனக்குத் தெரிந்து அவர் ருசியாகச் சாப்பிட்டதில்லை. ஆரம்ப காலத்தில் மாமிக்கு வயிறாரத் தன் வீட்டில் உணவருந்தியதில்லை; வாய்க்கு உடம்பு சரியாக இல்லை. சமைக்கக் கொள்ள முடியவில்லை என்று கண் துடைப்புக்காக ஒரு காரணம் சொல்வதுண்டு. அதுகூட நாளடைவில் நின்று விட்டது. "சாப்பிட்டு என்ன கண்டது? ருசி என்று சொல்லப்படுவதெல்லாம் தொண்டை வரையில்தானே?" என்பாள் மாமி அடிக்கடி. "பணம் என்றால் அது பாங்கி வரையிலும்தான்" என்று ஏன் திருப்பிச் சொல்லக் கூடாது என்று எனக்குத் தோன்றும். ஆனால் அது உண்மையல்ல என்பது பணம் படைக்காத எனக்கே தெரிந்ததே!

சாத்தனூர் வேங்கடாசலம், சாத்தனூர் வேங்கடாசலம் என்று மாமாவுக்கு பெயரும் பெருமையும் இருந்த தெல்லாம் அவர் பணத்தால் விளைந்ததுதானே? பணக்காரனாகத் தன் முயற்சிகளால் ஆகிவிட்டவனை உலகம் பார்க்கிற பார்வை தனியான பார்வைதான். எவ்வளவு பொறாமையுடன் பார்க்கிறது உலகம். தானும் ஏன் இப்படியாகவில்லை, இனியாவது எப்படி நடந்து கொள்ள வேண்டும் என்று தெரிந்து கொள்ளலாமே என்று எண்ணுகிற மாதிரிக் கவனிக்கிறது, உலகம். எம்.ஏ. படித்தால் என்ன, அதற்கப்புறம் தினமும் ஒரு புஸ்தகமாக உலகிலுள்ள அறிவு நூல்களை யெல்லாம் கரைத்துக் குடித்திருந்தால்தான் என்ன? வெறும் அறிவையும், அறிஞனையும் கண்டு உலகம் சற்றுப் பயந்து ஒதுங்கிப் போகிற மாதிரித்தான் எனக்குத் தோன்றுகிறது. பணம் படைத்தவனைச் சுற்றி வளைய வந்து புகழ்ந்து போற்றி அநுபவிக்கிறது உலகம்.

"இத்தனை சொத்தும் சேர்த்து என்ன பயன்? பிள்ளை குட்டி கூட இல்லையே.. வேறு யாரோ தானே அநுபவிக்கப் போகிறார்கள்?" என்று மாமாவைப் பற்றிச் சொன்னவர்கள் கூடப் பொறாமையுடன்தான் சொன்னார்கள். 'இன்னும் இரண்டு லட்சம்தான் சேர்க்கட்டுமே? யாருக்குப் பிரீதி'

என்றார்கள்.

"காலாகாலத்தில் யாரையாவது ஸ்வீகாரமாக, தத்து எடுத்துக் கொண்டு விடேன்" என்று என் மாமாவுக்குப் புத்தி சொன்னவர்களும் உண்டு. இப்படிச் சொன்னவர்களில் மாமாவுக்கு மாமா, அவருக்கு கடன் கொடுத்துவிட்டு அவதிப்பட்டு, பின்னர் இறந்து போனாரே, அவரும் ஒருவர். அவர் மனத்தில் என்ன இருந்ததோ கடவுளுக்குத்தான் வெளிச்சம். அவருக்குப் பிள்ளை குட்டிகள் டஜன் கணக்கில் இருந்தன. “அவர் அசட்டுப் பிள்ளைகளில் ஏதாவதொன்றை நாம் ஸ்வீகாரம் எடுப்போம் என்று எண்ணிக் கொண்டிருக்கிறாரோ அவர்...?" என்று மாமி ஒருதரம் தன் கணவனைக் கேட்டது எனக்கு ஞாபகம் இருக்கிறது. "ராஜா ஆத்திலே இருக்கிறவரைக்கும் நமக்குப் பிள்ளையில்லாக் குறை தெரியாது" என்றாள் மாமி ஒரு தரம், என் காதில் விழும்படியாக.

அப்போது நான் கோவையில் இண்டர்மீடியட் வகுப்பில் முதல் வருஷத்தில் சேர்ந்திருந்தேன்.

வேங்கடாசலம் சொன்னார்; "இப்பவே உன் மருமானுக்கு உன் வாழ்க்கை பிடிக்கவில்லை. மனசில் இருப்பதைக் கெட்டிக்காரத்தனமாகச் சொல்லாமல் இருக்கிறான் அவன். இந்த இரண்டு வருஷப் படிப்புக்குள்ளேயே அவன் இங்கிருந்து மிகவும் சிரமப்பட்டுப் போயிடுவான்.”

அடேடே! மாமா இவ்வளவு தூரம் விஷயங்களைக் கவனித்து வைத்திருக்கிறாரா என்றிருந்தது எனக்கு. வேறு விதமாகவும் வாழலாம் என்பது அவருக்கும் தெரிந்துதான் இருந்தது என்று தானே ஏற்பட்டது? ஆனால், மாமாவை அசடு என்றோ அறியாதவர் என்றோ சொல்வது தப்பு என்று எனக்கே நான் கூறிக்கொண்டேன். அவர் தெரிந்தேதான் இந்த காரியங்களை லாவகமாகச் சாதித்து விடுகிறார் என்று வாழ்வு வாழ்கிறார். அதனால்தான் அவர் பல சிரமமான எண்ணினேன் நான். தீர யோசித்து, உணர்ந்து இந்த வாழ்வுதான் நான்

வாழப்போகிறேன் என்று திட்டமான வாழ்வு வாழ்பவன்தான் வாழ்க்கையிலே பல காரியங்களைச் சாதிக்க முடியும் என்று உலகத்துப் பாட புஸ்தகங்களிளெல்லாம், நீதி நூல்களிளெல்லாம் அறிஞர்கள் அலறியிருக்கின்றனர். வாழ்க்கையோடு ஒட்டாத ஒரு காரியம் அல்ல அது என்றுதான் சொல்ல வேண்டும்.

நானும் திட்டமான, முன்கூட்டியே தீர்மானம் செய்து கொண்ட ஒரு வாழ்க்கைதான் வாழ்ந்து வருகிறேன் என்று எனக்கு நானே சொல்லிப் பார்த்துக் கொள்கிறேன். என் திட்டங்களும் தீர்மானங்களும் வெற்றி பெறுகின்றன. ஆனால், ஏனோ வாழ்க்கை வெற்றி பெற மாட்டேன் என்கிறது. அது ஏன் என்று நான் என்னையே கேட்டுக் கொள்கிறேன். என் மாமா வேங்கடாசலம் என்ன சொல்லியிருப்பார்? "எல்லாத் திட்டங்களுக்கும் அடிப்படைத்திட்டம், எல்லாவித லட்சியங்களுக்கும் அடிப்படை லட்சியம், எல்லாத் தத்துவங்களுக்கும் ஆதாரமான தத்துவம் 'பணம்' தான் ராஜா, பணம் என்கிற லக்ஷ்யத்தை அடைந்து விட்டவனுக்கு மற்ற எல்லாமே வளைந்து கொடுக்கின்றன...." என்பார் அவர்.

அது உண்மையல்ல என்று சொல்ல நான் யார்? வேறு எந்தக் காலத்தில்தான், வேறு எந்தவிதமான அடிப்படைத் தத்துவம், அடிப்படைக் கொள்கை ஆட்சி செலுத்தியது? இன்றைய உலகில் இன்றைய உலகில் என்று சொன்னால், ஒரு நூற்றாண்டாக இரண்டு நூற்றாண்டாக என்று அர்த்தமில்லை, மனித நாகரிகம் என்று இன்று நாம் எண்ணுவது தெரிந்த காலம் முதலாக - பணம்தான் தனியாட்சி செலுத்தி வந்திருக்கிறது. கூடக்கூட ஏதோ சில தத்துவங்களும் கொள்கைகளும் அவ்வப்போது கலந்து கொண்டிருக்கலாம். இல்லையென்று சொல்ல முடியாது. இருந்தாலும் பணம்தான் காலம் பூராவும் ஆட்சி செலுத்தி வந்திருக்கிறது. அதில்லாத் வரையில் வாழ்க்கையில், யார் எவ்வளவு அழகான திட்டம் வகுத்துக் கொண்டிருந்தாலும், அது வெற்றி காணாத விஷயம் தான் என்பார் மாமா. அது உண்மை போலத்தான் இருக்கிறது.

மாமா பணம் என்கிற லக்ஷ்யத்தை எதிர்பார்த்ததை யிலே விட அதிகமாகவே அடைந்துவிட்டார். அந்த லக்ஷ்ய பூர்த்தி அவரைப் பற்றிய வரையில் ஒரு உள்ள நிறைவிருந்தது. மாமிக்கு வேண்டுமானால் நிறைவு ஒன்றும் ஏற்படவில்லை என்று சொல்லலாம். மாமாவுக்கு கோவையிலிருக்கும் போதே பணத்தைப் பற்றிய வரையில் நிறைவு ஏற்பட்டு விட்டது என்றுதான் எனக்குத் தோன்றியது. அதுவரையில் பணம் என்பது ஒரு லக்ஷ்யம் என்றும், கிடைக்காத பொருளாகி விடலாம் என்றும் அவருக்கு உள்ளூற பயம் இருந்திருக்கலாம். அதற்குப் பிறகு 'கை' வந்த ஒரு வித்தையாகிவிட்டது அது. என்ன செய்தாலும் பணம் என்கிற விஷயம் கை நழுவி விடாது என்று தைரியம் ஏற்பட்டு விட்டது என்றுதான் சொல்ல வேண்டும்.

அநித்தியமான மனிதன் நித்தியத்துவத்துக்கு ஆசைப்படுகிற கதையைச் சொல்ல வந்த நான் சுற்றி வளைத்து எதை எதையோ சொல்லி விட்டேன். ஆனால், அநித்தியமான மனிதன் சேர்க்கும் பணமும் ஈட்டுகிற பொருளும் அநித்திய மானதுதான். அதை உபயோகப்படுத்த ஒரு வாழ்க்கை ஏற்படுகிற வரைக்கும் அதுவும் அநித்தியமானது என்று நினைப்பது நியாயம் தானே!

"இவ்வளவு கஷ்டப்பட்டு சேர்க்கிறயே பணத்தை உனக்கு ஒரு பிள்ளை பிறந்து அதை தாம் தூம் என்று வாரி இறைத்து விடுவான்'' என்றார் மாமாவுக்கு மாமா ஒரு சமயம்.

'இறைக்கட்டுமே, அதற்காகத்தானே சேர்த்து வைக்கிறேன்'' என்றார் மாமா. ''எனக்குத்தான் செய்யத் தெரியவில்லை 'செலவு.' வருபவன் செலவழிப்பது எனக்குச் சந்தோஷம்தான்'' என்றார்.

ஆனால் மாமி அதை ஏற்றுக் கொள்ளத் தயாராக இல்லை. ''நீங்கள் சொல்கிற மாதிரி இறைப்பவனாக வர மாட்டான். எப்படி வருவான்?'' என்றாள்.

இருந்தாலும் மாமிக்கிருந்த சாமர்த்தியமோ சாதுர்யமோ மாமாவுக்கில்லை என்று என்னால் எண்ணாமல் இருக்க முடியத்தானில்லை. வாழ்க்கையில் லக்ஷ்யமோ, நிறைவோ, நிறைவுக்கான வழிகளோ, மாமா தானாக வகுத்துக் கொண்டவை அல்ல. மாமி அவருக்குக் கொடுத்தவை என்று நான் நிச்சயப்படுத்திக் கொண்டேன். அவருக்குத் தானாக இவ்வளவு தூரதிருஷ்டியும், அழுத்தமான பாதையும் வகுத்துக் கொள்ளத் தெரியாது. தலைமைப் பதவி மாமியுடையதுதான் என்ற நினைப்பு ஏற்கெனவே எனக்கு உள்ளதுதான் என்றாலும், இப்போது ஊர்ஜிதமாயிற்று.

தனக்குப் பிள்ளையில்லாத குறையைப் பற்றி மாமா சில சமயம் யாரிடமாவது பேசுவார். ஆனால், மாமி பேசி நான் பார்த்ததில்லை. மாமா பேசியதைக் கூடக் கண்டிப்பாள் அவள்.

தனக்குப் பிள்ளையுண்டு, பிறந்து விடுவான் என்பதில் அவளுக்குத் திடமான நம்பிக்கை. குடும்பத்தின் ஒரு அஸ்திவார ஆதாரமான பணத்தைப் படைத்தாகி விட்டது. இன்னொரு ஆதாரமான புத்திர சம்பத்தும் உண்டாகிவிடும் என்றுதான் மாமி திடமாக இருந்தாள். மாமா ராமேச்வரம் போகலாமா என்பார், மாமி சம்மதிக்க மாட்டாள். "எதுக்கு? இருநூறு ரூபாய் செலவு செய்வதில் லாபமென்ன? அந்த இருநூறில் ஒரு ஐம்பதை டாக்டரிடம் கொடுப்போம்" என்பாள் மாமி. மருந்துகள் சாப்பிடுவதிலும், டாக்டர்களைத் தேடிப் போவதிலும் மாமிக்கிணை மாமியேதான். ஒரு மருந்தை இன்ன வேளையில் இப்படிச் சாப்பிட வேண்டும் என்று டாக்டர் சொன்னாரானால், அதைப் பிசாகமல் செய்வாள் மாமி.

அது தவிர சனிக்கிழமை விரதம் முதல் செவ்வாய்க் கிழமை ஜபதபங்கள் வரையில், செலவில்லாத காரியங்கள் பலவும் மாமி தவறாமல் செய்து வந்தாள். "பிறருக்கு நாம் கெடுதி செய்ததோ, நினைத்ததோ இல்லை. நமக்குக் கடவுள் கெடுதி செய்யவே மாட்டார்" என்பாள் மாமி தினம் ஒருதரம்.

அடிக்கடி தான் பிறருக்குக் கெடுதி செய்ததோ, நினைத்ததோ இல்லை என்று சகல விஷயங்களையும் அறிந்த கடவுளுக்கு அவள் தினமும் ஞாபகப்படுத்த வேண்டியிருந்ததும் விந்தை தான் என்று நான் எண்ணிப் பார்ப்பேன். இப்படி அடிக்கடி சொல்வதற்கு ஏதாவது காரணம் இருந்துதானே தீர வேண்டும்?

"கெடுதி, நல்லது, செய்வது, நினைத்தது" என்றெல்லாம் சொல்லுகிறோமே? இதற்கு அர்த்தம் என்ன என்று பின்னால் நான் பல தடவைகளில் சிந்தித்துப் பார்த்ததுண்டு தான். நல்லதும் கெடுதியும் அப்படி ஒன்றும் சுலபமாகத் தீர்மானித்து விடக்கூடிய விஷயங்கள் அல்ல என்று எனக்குத் தோன்றுகிறது. வட்டிக்குப் பணத்தை விட்டு, வட்டியையும் முதலையும் சிறிதும் தள்ளாமல் வாங்குகிறவர்களைக் கெடுதி செய்கிறவர்களாக உலகம் கருதுகிறது. உண்மையில் அது அப்படித்தானா என்று சிந்தித்துப் பார்ப்பது நல்லது.

வட்டிக்கு கடன் வாங்குபவன் யார்? ஏதோ ஒன்றிரண்டு ஏழைகள் வேறு வழியில்லாமல் கடன் வாங்க முன் வரலாம். ஆனால் பரம ஏழைகளுக்கு யார் கடன் தரச் சம்மதிக்கிறார்கள். சொத்துள்ளவன், கடன் வாங்க வேண்டிய நிலை வந்தது என்றால், நிர்வாகத் திறமையற்றவன் என்றுதானே அர்த்தம். ஒரு விதத்தில் இல்லாவிட்டால் இன்னொரு விதத்தில் தன் சொத்தை இழக்க வேண்டியவன் தான் அவன் என்பதும் வெளிப்படைதானே? நிர்வாகத் திறமையற்றவன் எத்தனை நாள் சொத்துக்குடையவனாகவும் இருக்க முடியும் ? என் மாமாவைப் போன்றவர்களிடம், கடன் வாங்குகிறவன் அதிருஷ்டசாலிதான் அவசியமே இல்லை. "இதோ தீர்ந்தது" என்று அவன் மேலும் மேலும் கடன் வாங்கிக் கொண்டிருக்க வேண்டிய சொத்துப் பூராவும் மாமா நாலைந்து வருஷங்களில் பற்றிக் கொண்டு விடுவார். அதற்குப் பிறகு அவன் கடன் வாங்க விரும்பினாலும், சொத்துப் போன பிறகு யார் கடன் தருவார்கள்? கடன் வாங்காமல், ஏழை வாழ்வு வாழ அவனுக்கு உதவி விட்ட என் மாமா அவனுக்கு நல்லது செய்தாரா, கெடுதி செய்தாரா என்பது விசாரித்துப் பார்க்க வேண்டிய விஷயம்தான் என்று எனக்குத் தோன்றுகிறது.

நல்லது கெடுதி என்பதை அப்படிச் சுலபமாக முடிவு கட்டிவிட முடியாது என்றுதான் சொல்ல வேண்டும்.

உலகத்தின் பாவச்சுமையை ஏற்றுக் கொள்ள முன் வருபவர்களை மஹான்கள், பரமபிதாவின் மகன் என்று உலகம் போற்றுகிறது. உலகத்தின் பாபங்களுக்கெல்லாம் ஆதி காரணமாக நிற்கும் பொருளையும் பணத்தையும் சுமையாக ஏற்றுக் கொள்ளுகிற தைரியம் படைத்த மனிதர்களையும் ஏன் மஹான்களாகச் சொல்லக் கூடாது? உலகில் ஏழைகள் தான் நல்லவர்கள் என்று எல்லோரும் ஒருமுகமாக அபிப் பிராயம் சொல்கிறார்கள். இப்படிப்பட்ட நல்லவர்கள் அதிகரிக்க பணக்காரர்களைப் போல உதவி செய்பவர்கள் யார்? என் மாமா வேங்கடாசலம் காரணமாக உலகிலே பலர் ஏழைகளாகி, இப்போது நல்லவர்களாகயிருக்கிறார்கள் என்றுதான் சொல்ல வேண்டும் என்று எனக்குத் தோன்றுகிறது.

இவ்வளவு புண்ணியமும் சேர்ந்துதான் பாலும் மாமிக்குப் புத்திரப்பேறு உண்டாயிற்று. கோவையில் இண்டர் மீடியட் செலக்ஷன் பரீட்சை நான் எழுதிய போது, மாமிக்கு அருமைப் புதல்வன் – வந்து அவதரித்தான். அவனுக்கு அவர்கள் ஸ்ரீனிவாசன் என்று பெயரிட்டார்கள் என்று சொல்வது பிசகு. நான்தான் ஸ்ரீனிவாசன் என்று பெயர் வைக்க வேண்டுமென்று சொன்னேன் என்று நினைவு வருகிறது எனக்கிப்போது.

ஸ்ரீனிவாசன் பிறப்பதற்குமுன் ஒரு ஏழு மாத காலம் டாக்டர் எங்கள் வீட்டிலேயேதான் குடியிருந்தார் என்று சொல்ல வேண்டும். வழக்கமான அபார்ஷன் காலம் நெருங்க நெருங்க ஒரு புது மாமியையே கண்டேன் நான். பிறருக்கு நல்லது கெடுதி என்றோ, கடவுள் என்றோ, பணம் என்றோ, கணவன் தப்பாக ஏதாவது செய்துவிடப் போகிறாரே விஷயங்களில் என்றோ, கவலையேயில்லாத ஒரு தத்துவத்துக்கு மனிதர்களை எப்படியெல்லாம் ஆட்டி வைக்கும் சக்தியிருக்கிறது? ஆசை என்று அடிமைப்பட்டு விட்டால் எப்படியெல்லாம் இருந்து மீளுகிறார்கள் மனிதர்கள்?

எப்படியோ மாறிவிட்டாள் மாமி என்கிற நினைப்பு எனக்கு அப்போதே ஏற்பட்டது. பழைய மாமியல்ல இவள் இப்போது ஸ்ரீனிவாஸனின் தாய். அவனைப் பற்றிய வரையில் பணம், கணவன் என்கிற விஷயங்கள் கூடப் பின்னடைந்து விட்டன. இப்போது முதல் விஷயம், முதல் இடம் ஸ்ரீனிவாஸ னுடையதுதான், அவளைப் பற்றிய வரையில்.

10. மற்றவர்களைப் போலிருக்க

சாத்தனூருக்கு நான் போக நேர்ந்தபோதெல்லாம் ஒரு விஷயம் என் கவனத்தைக் கவரும். ஒவ்வொரு வீடும் ஒரு தனிப் பிரபஞ்சம் போலத்தான் இருக்கும். எனினும் ஒவ்வொருவரும் மற்றவர்கள் எல்லோரையும் போலத்தான் இருக்க முயலுவார்கள். சாத்தனூர் என்ற கிராமத்துக்கே ஒரு தனி ஆத்மா உண்டு. அந்த ஆத்மாவின் தனித் தனி ஸ்வரூபங்கள்தான் அங்கிருப்பவர்கள் எல்லோரும் என்று நான் எண்ணுவதுண்டு. ஆனால் ஒவ்வொருவரும் ஒவ்வொரு மாதிரித்தான். ஒருவர் மாதிரி எல்லா விஷயங்களிலும் இன்னொருவர் இருப்பது என்பது மிக மிக அபூர்வம்.

சாத்தனூரில் மட்டுமல்ல, உலகில் எங்குமே இப்படித் தான் என்று சொல்லலாம் இல்லையா? ஆனாலும் தான் தெரிந்தோ தெரியாமலோ எல்லோருமே ஒரு சாதாரண மனிதன் என்ற கற்பனைக்கேற்ப வாழ்க்கை நடத்த முயலுகிறார்கள் என்று தான் சொல்ல வேண்டும். செய்கையில் எப்படியானாலும், சொல்லளவில் யாருமே தான் தனிப்பட்டவன் என்று ஏற்றுக் கொள்வதில்லை. தனிப்பட்டவன் என்று ஏற்றுக் கொண்டு ஒதுங்கி, அசாதாரணமான மனிதனாக இருக்க முயல்பவனைச் சாத்தனூரும் வெளியுலகும் பைத்தியக்காரன், அஸத்து என்று குறை கூறி ஒதுக்கி வைக்க முயலுகிறது.

சாதாரணத்வம் சராசரித் தன்மை எல்லா மனிதர்களையும் எப்படி எப்படியெல்லாமோ ஆட்டி வைக்கிறது. மாமா வேங்கடாசலத்தையும் மாமியையும் அது ஆட்டி வைத்த ஆட்டங்களை நான் நேரில் கண்டதில்லை; பிறர் மூலமாகக் கேள்விப்பட்டதுதான். ஏனெனில் ஸ்ரீநிவாசன் பிறந்த பிறகு நான் இருபத்திநாலு மணி நேரமாவது என் வீட்டில் போய்த்

தங்கியிருந்திருப்பேனா என்பது சந்தேகம் தான். எனக்குப் போக இஷ்டமில்லை என்பதுமில்லை; அவர்கள் அழைக்கவில்லை என்பதுமில்லை. எப்படியோ அது நேரவில்லை.

பதினேழு வயதாவதற்குள் சற்றேக்குறைய ஒன்பது வருஷங்கள் என் மாமா வீட்டிலேயே அவர்களுடைய அருமை மகன் போல வளர்ந்தவன் நான். என் பதினேழாவது வயதுக்குப் பிறகு, இண்டர் பரீட்சை எழுதிய பிறகு, நான் ஒரு நாள் கூட அவர்கள் வீட்டிலே போய்த் தங்குவதற்குச் சந்தர்ப்பமோ அவசியமோ ஏற்படவில்லை. மாமிக்கும் பிள்ளையில்லாத வரையில் நான் பிள்ளை போல வீட்டிலே இருக்க வேண்டியது அவசியமாக இருந்தது. இப்போது பிள்ளை பிறந்து விட்ட பிறகு எனக்கு அந்த வீட்டிலே இடமில்லை. இதெல்லாம் பற்றி நானோ மாமாவோ மாமியோ சிந்தித்து ஒரு அளவில் நடந்ததாகச் சொல்லவில்லை. எப்படியோ தானாகவே ஏற்பட்டது; நடந்தது.

நான் இண்டர்மீடியட் பரீட்சை எழுதிவிட்டு, தஞ்சாவூர் வந்தபோது என் அம்மா இறந்துவிட்டாள். அந்தச் சாவுக்குக் கூட மாமா மட்டுந்தான் வந்தார். அம்மாமி குழந்தையுடன் வரமுடியவில்லை என்றார் மாமா. சாவு வீட்டிலே வந்து உட்கார்ந்து கொண்டு, தஞ்சாவூரில் யாரோ நகைத் தரகுக் காரர்களிடம் சொல்லி, பச்சையும் சிவப்புமாக அம்மாமிக்கு ஒரு கல் இழைத்த அட்டிகை வாங்குவதில் முனைந்திருந்தார் மாமா என்பது ஞாபகம் இருக்கிறது எனக்கு. அதைத் தவிர வேறு எதுவும் மாமாவைப் பற்றி அந்த சமயத்தில் கவனித்தது என் மனசில் நிற்கவில்லை.

"குழந்தையாக இருந்தவரையில் சரி. இப்போது உன் அம்மாவும் போய் விட்டாள். இனிமேல் உனக்கும் உன் மாமாவுக்கும் எப்படி நெருங்கிய உறவு இருக்க முடியும்?" என்று அப்பா கேட்டார்.

என் அப்பாவைப் பெற்ற பாட்டிக்கு எப்பவும் என் மாமாவைக் கண்டால் பிடிக்காது - அம்மாமியைப் பற்றிக் கட்டோடு நல்ல அபிப்பிராயமே கிடையாது. அவள் சொன்னாள் "வாரிசு இல்லாதபோதே சொத்துச் சேர்க்கறதில் போட்டி போட்டுக் கொண்டு ஈடுபட்டிருந்தவர்கள் இப்போ வாரிசும் வந்தாகிவிட்டது. இனி அனாவசியமாக வேறு யாரையாவது கவனித்துக் கொண்டு, பொருளையும் அன்பையும் வீணாக்க முடியுமா?" என்று.

நான் மட்டும் "ஸ்ரீனிவாஸன் பிறந்த பிறகு அம்மாமி பணத்துக்காக அப்படி ஒண்ணும் பறப்பதேயில்லை" என்றும், மாமாவும் முன்மாதிரியெல்லாம் கண்டிப்பாகவோ கருணையில்லாமலோ இருப்பதில்லை; சற்றுத் தாராளமாகவே தான் இருக்கிறார்" என்றும்தான் கேள்விப்பட்டேன். மற்றவர்களைப் போல் இருக்க வேண்டும் என்கிற ஆசையால் எழுந்த ஒரு விஷயம் இது என்றுதான் எனக்குத் தோன்றுகிறது. சொத்து ஏராளமாகச் சேர்ந்துவிட்டது. யார் யார் சொத்தோ எப்படி எப்படியோ மாமாவை வந்தடைந்து விட்டது. ஸ்ரீநிவாசன் பிறக்கும் போதே ஒரு லக்ஷத்துக்கும் அதிகமான சொத்துக்கு அதிபதியாகத்தான் பிறந்தான். அதற்குப் பின்னரும் பழக்க வேகத்தால் மாமாவின் பணம் அடிக்கடி குட்டி போட்டுக் கொண்டுதான் இருக்கும். அவர் வேண்டாமென்றால் கூட அவரிடம் கடன் வாங்க வருகிறவர்களும் வாங்கிய கடனைத் தாட்சண்யமில்லாமல் வசூலிப்பவர் அவர் என்று தானாகவே உள்ளதைக் கொடுத்து விடுபவர்களும் இருந்து கொண்டே தான் இருப்பார்கள். போதாதற்கு ஸ்ரீநிவாஸன் வந்த அதிருஷ்டம் மாமாவுக்குக் கூட உத்தியோகம் உயர்ந்து சம்பளமும் படிப்படியாக அதிகமாயிற்று. இன்னமும் வாழைக்காய் வந்தாலும் நெய்யாக வந்தாலும் வாங்கிப் போட்டுக் கொள்ள மறுப்பதில்லை. ஆனால் தேடிக் கொண்டு போவதில்லை அவராக.

வாழ்க்கையில் அவர் வைத்த இரண்டு ஆசைகளும் நிறைவேறி விட்டன. ஒன்று - பொருள்; மற்றது - புத்திரன்.

அதனால் ஒரு குறைவுமில்லை வேங்கடாசலத்துக்கு, என்றுதான் சொல்ல வேண்டும். ஆனால் அடிக்கடி உடம்பைப் படுத்தியது. அம்மாமிக்கும் உடம்பு சரியாக இல்லை. பிறந்த குழந்தைக்கும் உரிய காலங்களில் அந்தந்த காலத்துக்கு உரிய உபாதைகள் வந்து படுத்தின.

"ஒருவரால் கஷ்டப்பட்டு அக்கஷ்டம் நீங்கி ஆசுவாஸப்படும் போதுதான் பாசம் வளரும்" என்று என் பாட்டி அடிக்கடி சொல்லுவாள். பாட்டி வேதாந்தமாகவே இது தோன்றினாலும் கூட அடிப்படையான ஒரு உண்மையைச் சொல்லுகிறது என்றுதான் எனக்குத் தோன்றியது.

சாதாரணமாக எந்தக் குழந்தையிடமும் உடன் இருப்பவர்களுக்குப் பாசம் வளருவது இப்படித்தானே? பெற்றோருக்கு அன்பும் அநுதாபமும் அதிகமாக இருக்கும் கஷ்டப்படுகிற பிள்ளையிடம்தான் என்பதும் நாம் கண்கூடாகக் காண்கிற ஒரு விஷயம்தானே?

தன் பிள்ளையின் வளர்ச்சிக்கும் என் மனோபாவத் துக்கும் ஏதோ சம்பந்தமிருக்கிற மாதிரி மாமியே ஆரம்ப நாட்களில் உட்கார்ந்து எனக்குக் கடிதம் எழுதுவாள். மிகவும் சிரமப்பட்டு அவளுக்குத் தமிழ்கூடச் சரியாக எழுத வராது. தன் பிள்ளை என்னைப் போலவே நான் குழந்தைப் பருவத்தில் இருந்த மாதிரியே இருக்கிறான் சீனிவாஸன் என்று அடிக்கடி என்க்குத் தெரிவிப்பாள். சீனிவாஸனுக்கு உடம்புக்கு கஷ்டம் வந்துவிட்ட சந்தர்ப்பங்களில் எல்லாம் வாரத்துக்கு இரண்டு மூன்று கடிதங்கள் கூட எழுதிவிடுவாள். படிப்பில் முழுகியிருந்த எனக்கு இதெல்லாம் கொஞ்சம் தொந்தரவாகத்தான் இருக்கும். ஆனால் அப்போது தெரிய வில்லை. என் ரோஹிணி நக்ஷத்திரம் விளைவித்த விஷயம் இது என்று. ரோஹிணி நஷ்த்திரம் உடையவனால் தன் மாமாவுக்குத் தீங்கு விளையும் அவன் மாமாவைப் பற்றிக் கெடுதல் நினைக்காதபடி வைத்துக் கொள்ள வேண்டும் என்கிற நினைப்பில் மாமி இப்பாடுபட்டு எனக்குக் கடிதங்கள் எழுதினாள் என்று எனக்கு அப்போது புரிந்து கொள்ள

முடியவில்லை. இப்போது எண்ணிப் பார்க்கும் போது தெரிகிறது. மற்றவர்களைப் போல இருக்க மாமாவும் அம்மாமியும் எவ்வளவுதான் முயற்சி செய்தாலும், பழக்க தோஷத்தால் அவர்களால் முடியாது. காரணம் இல்லாமல் அவர்கள் எதுவும் செய்திருக்க மாட்டார்கள் என்றுதான் இப்போது நினைத்துப் பார்க்கும்போது எனக்குத் தோன்றுகிறது.

தனக்கென்று பண்ணிக்கொண்ட பெரிய பெரிய நகை களையெல்லாம் ஸ்ரீனிவாஸன் என்கிற அழகுருவத்துக்குப் போட்டுச் சுமக்க வைத்து ஆனந்தப்பட்டுக் கொண்டிருந்தாள் மாமி. நாளொரு நகையும் பொழுதொரு சட்டையும் வயிற்றி லொரு கட்டியுமாக குழந்தை வளர்ந்து கவலைக்கும் கருத்துக்கும் இடமானான். வழக்கம் போல வாய் விட்டே சில சமயங்களில் சொல்லி விடுவாராம் அந்நாட்களில் "பெண் குழந்தையில்லாத வீடு" என்ன வீடு என்று. மாமி என்ன நினைத்தாளோ தெரியாது. ஆனால் "இனிமேல் குழந்தை என்று பேசினால் தாயின் உயிருக்கே ஆபத்து வந்துவிடும், ஆமாம்" என்று. ஒரு குழந்தையை முழுசாகக் காப்பாற்றிக் கொடுத்த அந்த டாக்டர் எச்சரித்து விட்டார்; ஒரே பிள்ளை தான் என்று தீர்மானித்த பிறகு அந்தக் குழந்தையைக் காப்பாற்றிக் கொள்ள எவ்வளவு பாடுபட்டிருப்பார்கள் கணவனும் மனைவியும் என்று என்னால் ஊகித்துக் கொள்ள முடிகிறது.

இன்று நினைப்பிலே இல்லாததையும் சேர்த்து என்னால் காண முடிகிறது. அப்போது தெரியாத விஷயங்கள் சில இப்போது தெரிகிற மாதிரி இருக்கின்றது. அதை வைத்துக் கொண்டு இப்போது அனுபவ அறிவு என்று சொல்லிப் பெருமைப் பட்டுக் கொள்கிறோம். எனக்கென்னவோ மாமா அம்மாமியைப் பற்றிய சிந்தனைகள் இன்பம் பயப்பதாகவும் இல்லை; துன்பம் தருவதாகவும் இல்லை. அவர்களைக் கவனித்த மட்டும் எனக்கு அனுபவ அறிவு ஏற்பட்டதாகக் கூட சொல்ல முடியாதுதான். அப்படி அவர்களை அறிந்திருக்க மாட்டேனா? எந்தெந்த விதங்களில் மாமா எப்படி எப்படி

என்னென்ன செய்து வெற்றி பெற்றார் என்று கவனித்துக் கொண்டு லாபம் அடைந்திருக்க மாட்டேனா?

மாமாவுடைய கதையைச் சாக்காக வைத்துக் கொண்டு என் கதையைத்தான் சொல்லப் போகிறேன் என்று ஆரம்பித்தேன்.. ஞாபகமிருக்கிறதா? என் கதையைச் சொல்லுவதும், மாமா கதையைச் சொல்வதும் அப்படி ஒன்றும் சுலபமான காரியமல்ல என்றே தோன்றுகிறது. சிந்தித்துப் பார்க்கும் போது, என் விஷயத்திலும் சரி, மாமா விஷயத்திலும் சரி, எத்தனையோ மனோபாவங்கள், ஆசைகள் லக்ஷியங்கள் சிக்கலான பின்னலாகப் பின்னிக் கிடக்கின்றன. பாட்டும் தாளமும் கொண்டு வண்ணச் சிக்கெடுக்கிறார்களே சிறுமிகள் அந்த மாதிரியான பின்னல் கோலாட்டம் அல்ல வாழ்க்கை செயற்கையாக ஏதோ ஒன்றை முக்கியமாக வைத்துக் கொண்டு, அந்த நோக்கிலிருந்து ஓரளவுக்கு வாழ்க்கைச் சிடுக்குகளை விடுவிப்பது, சாத்தியமாக இருக்கலாம். ஆனால் அது, வாழ்வுச் சிடுக்கைப் பூராவும் விடுவிப்பது ஆகாது. வாழ்க்கையில் ஊடுருவிச் செல்கிற ஒரு சரடைப் பூராவும் கண்டுவிட்டால் நம்மைப் போற்றிக் கொள்கிறோம்; பாராட்டிக் கொள்கிறோம்.

மாமாவின் முழு வாழ்வில் இரண்டு சரடுகளைக் கண்டு விட்டேன் நான் என்று சொல்லலாம். ஒன்று பணம், இரண்டாவது புத்திரன் என்று சொன்னேன், ஆனால் அவ்வளவு எளிதாகப் புரிந்து கொண்டு விடக் கூடிய வாழ்க்கை யல்ல அது என்பதை நானும் ஏற்றுக் கொள்ளவேதான் வேண்டியிருக்கிறது. பதினேழு குறைப் பிறசவங்களுக்கும், ஒரு பிள்ளைக்கும் தாயான அம்மாமி அவர் வாழ்க்கையிலே ஒரு முக்கியமான சரடு. அந்தப் பிள்ளையே பின்னால் வந்த ஒரு முழுச்சரடு. தவிர, டயாபடீஸ் நோய், ஊரக்காரரர் உற்றார் உறவினர் உறவுகள், தெய்வபக்தி, 1912-ல் வாங்கின பவுண்டன் பேனா, 1914-ல் யுத்த ஆரம்பத்தில் வாங்கிய ஒரு நல்ல சைக்கிள், கடவுள் பக்தியும் ரோஹிணி பயமும், காலையிலும் மாலையிலும் டாக்டரைப் பார்த்தாலும் இரண்டு மாசத்துக்கொருதரமே பில்லைத்தரும்

சுபாவம், தினசரிக் கணக்குகள், உரத்த பேச்சு... இப்படியாக எத்தனை எத்தனையோ சேர்த்துப் பின்னிய பின்னல் என் மாமா வேங்கடாசலம்.

வேங்கடாசலமே இப்படியானால், மாமியைப் பற்றி என்ன சொல்வது? அப்படி ஒன்றும் சுலபமாக எதுவும். சொல்லிவிட முடியாது என்பதைத் தவிர வேறு ஒன்றும் சொல்லிவிட முடியாததுதான். அவள் மனசிலே பிரித்தெடுக்க முடியாத சரடுகள் எத்தனையோ பின்னிக் கிடந்தன. மாமா தன் மனசிலுள்ளதை வெளியிட்டுச் சில சமயம் சொல்லி விடுகிற எளிய சுபாவம் உள்ளவர். மாமி எதையும் வெளியிட்டுச் சொல்லிவிடவே மாட்டாள்.

ஒரு சம்பவம் இப்போது ஞாபகம் இருக்கிறது எனக்கு, அப்போது மாமா தஞ்சாவூரில் இருந்தார். மேலவீதியில் நல்ல வீடாக எடுத்துக் கொண்டு குடியிருந்தார். நான் படித்துப் பாஸ் பண்ணிவிட்டு, என் வாழ்க்கையை எந்தெந்த விதங்களில் குட்டிச்சுவராக்கலாம் என்கிற ஆராய்ச்சியில் ஈடுபட்டிருந்தேன் என்று வைத்துக் கொள்ளுங்களேன். இந்த ஆராய்ச்சி வெற்றிகரமாக ஒரு மாமாங்கத்துக்கும் அதிகமாகவே நடைபெற்று விட்டது. மாமா பிள்ளை சீனிவாசன் வளர்ந்து பெரியவனாகிப் பட்டணத்தில் காலேஜில் படித்துக் கொண்டிருந்தான். தஞ்சாவூரில் ஏதோ ஒரு மாநாடு நடந்தது. வேடிக்கை பார்க்க நண்பர்கள் இருவருடன் போய்விட்டு நான் மாலையில் சாவகாசமாக மாமாவையும் பார்க்கப் போனேன். நான் போன சமயம் மாமா வீட்டிலில்லை; மாமி மட்டும்தான் இருந்தாள்.

"காலையிலே வந்தேன் என்றாய்... சாப்பிட வரக் கூடாதோடா ராஜா?" என்றாள் மாமி.

நான் சிரித்துக் கொண்டு பேசாதிருந்தேன். என் சிரிப்பை சரியானபடி அர்த்தம் செய்துகொண்டு, மாமி சொன்னாள்; "முன்னெல்லாம் மாதிரியில்லையடா இப்போது, பையன் பெரியவனான பிறகு நம்மை ஊரார் கஞ்சன், வயிறாரச்

சாப்பிட மாட்டார்கள் என்கிறார்கள் என்று சொல்லிக் காட்ட ஆரம்பித்து விட்டான்" என்றாள்.

துயரமும் பெருமையும் ஒருங்கே கலந்த குரலில் மாமி இதைச் சொன்னது எனக்கு வேடிக்கையாக இருந்தது. "பையனுக்காக நீங்கள் இருவரும் இப்படி மாறிவிட்டீர்களாக்கும்." என்றேன்.

“பின்னே என்னடா செய்வது ராஜா ? இங்கே பள்ளிக் கூடத்தில் படித்துக் கொண்டிருந்த போது அவன் யார் வீட்டுக்காவது போனால், டிபன் தருகிறார்கள், காபி தருகிறார்கள். நீயும் அதுமாதிரி என்னுடன் வருகிறவர் களுக்குத் தர வேண்டும் என்று ஆரம்பித்து விட்டான்." என்றாள் மாமி.

ஏது, பிரமாதமான புரட்சிதான். ஆனால் அதே சமயம் மாமியால் ஓடியாடிச் செய்ய முடியாதே என்றும் சிந்தித்தேன். நான் அறிந்ததற்கிப்போது அவள் இன்னும் ஒரு சுற்றுப் பருத்திருந்தாள். ஒரு அங்குலம் குள்ளமாயிருந்தாள் என்று தோன்றிற்று.

மாமி கெட்டிக்காரிதான் என்கிற எண்ணம் எப்பவுமே எனக்குண்டு. இப்போதும் அவள் என் மனசிலிருப்பதை அறிந்து கொண்டாள். "சமையல்காரி போட்டுக் கொண்டிருக்கிறேன், சத்திரம் மாதிரித்தான் இங்கே சாப்பாடு, டிபன் எல்லாம்..." என்றாள்.

“சமையல்காரி ஒருத்தியும் உன்னிடம் அதிக நாள் தங்கமாட்டாளே?" என்று வாய்விட்டுச் சொன்ன பிறகுதான் அது தப்பாக அர்த்தப்படப் போகிறதே என்று தோன்றிற்று, "நல்லபாட்டி சொல்வாளே, விஷயந் தெரிந்து, சமைக்கத் தெரிந்த யசமானிகிட்டே, எந்தச் சமையற்காரியும் அதிக நாள் தங்கமாட்டாள் என்று" என்று சேர்த்துச் சொன்னேன்.

"நிஜந்தானப்பா ராஜா. நிக்கத்தான் மாட்டேங்கறாள். மாசத்துக்கு ஒருத்தியாக மாற்றித்தான் ஆக வேண்டியிருக்கு"

என்றாள். பிறகு "நீ என்ன பண்ணிக் கொண்டிருக்கே?" என்று கேட்டாள்.

"சாரமில்லாத விஷயம் அது. அதைப்பற்றி என்ன விசாரணை வேண்டியிருக்கு?'' என்று பேச்சை மாற்றினேன்; "சீனிவாஸன் படிக்கிறானா?''

"படிக்கிறான். தனியாக ஹாஸ்டலில் இருக்கிறானே என்றுதான் எனக்குக் கஷ்டமாக இருக்கு. நான் பட்டணத்தில் போய்க் குடித்தனம் போடலாம் என்று பார்க்கிறேன்.."

"மாமா...?"

"ஹோட்டலில் சாப்பிடட்டுமே? சீநிவாஸனுக்கு ஹாஸ்டல் சாப்பாடு ஒத்துக் கொள்ளுமோ ஒத்துக் கொள்ளாதோ? நான் போய் இருந்தால் நல்லது" என்றாள் மாமி.

சமையற்காரியைக் கூப்பிட்டு எனக்குக் காபி கொண்டு வந்து தரச் சொன்னாள். கைவளைகளும், சாவிக் கொத்தும் குலுங்க எழுந்து போய் இரும்புப் பெட்டியைத் திறந்து ''வைர நெக்லெஸ் பண்ணிக் கொண்டேன் ராஜா'' என்று எடுத்துக் காட்டினாள்.

"வரப்போகிற மருமகளுக்கு இப்பவே நகை சேர்க்க ஆரம்பித்து விட்டாயாக்கும்?" என்றேன் நான்.

நாஸூக்காக அதற்குப் பதில் சொல்லாமல் விட்டு விட்டாள். "நாலாயிரத்து இருநூறு ரூபாய் ஆச்சு..." என்றாள். "பத்திரமாக எடுத்து வை மாமி" என்றேன்.

"மற்றவாள் எல்லோரையும் போல இருக்கக் கொடுத்து வைக்க வேண்டும் ராஜா. நீ ஏன் மற்றவாளை எல்லாம் போல இருக்க மாட்டேன் என்கிறாய்?" என்று விசாரித்தாள் மாமி.

நான் நைஸாக 'மருமகளுக்கு நகை' என்று சொன்னதற்கு மாமி பேச்சளவில் தீர்த்துக் கொண்ட வஞ்சம் இது என்று எண்ணிக்

கொண்டு கிளம்பிவிட்டேன். மாமாவைப் பார்க்கக் கூடத் தங்கவில்லை.

"மற்றவாளைப் போலிருக்கக் கொடுத்து வைத்திருக்க வேண்டும்" என்றாள் மாமி. உண்மைதான். எல்லோருமே நாலாயிரத்து இருநூறு ரூபாய்க்கு வைர நெக்லெஸ் வாங்கும் படியான நிலையில் இல்லாவிட்டாலும், இருக்க வேண்டும் என்கிற ஆசை இருக்கலாம். அந்த விஷயத்தில் மாமாவும் மாமியும் மற்றவர்களைப் போன்றவர்கள்தான். எனக்குத்தான் அந்த ஆசையில்லை. வைர நெக்லெஸூம் இல்லை. வைர நெக்லெஸூக்கான பணமும் இல்லை, அந்த ஆசையும் இல்லை. என் மனைவியைப் பற்றிய வரையில் அவள் ‘மற்றவர்களைப் போல இருக்கத் தெரிந்தவள் தான்...!' என்று புன்சிரிப்புடன் சிரித்துக் கொண்டே நான் கிளம்பினேன்.

11. பொருளாதாரம்

"பொருளில்லார்க்கு இவ்வுலகமில்லை என்று சொன்ன அறிஞன் அருளில்லார்க்கு அவ்வுலகமில்லை" என்று சேர்த்துக் கொண்டான். அருளையும் அவ்வுலகத்தை யும் பற்றி அவனுக்கும் தெரியாது, மற்றவர்களுக்கும் ஒன்றும் தெரியாது. பொருளையும், அதுதான் இவ்வுலகுக்கு ஆதாரம் என்பதையும் அவன் நன்கறிந்துதான் இருக்க வேண்டும். உலகத்தில் பொருளாதாரம் என்கிற விஷயத்தைப் பற்றிச் சிந்திக்கும்போது, அது முடிவில்லாத சிந்தனையாகவே தோன்றுகிறது. கொடுங்கோலோ, செங்கோலோ அவரவர் இஷ்டப்படி சொல்லிக் கொள்ளலாம். ஆனால், பொருள் தான் ஆட்சி செலுத்துகிறது எங்கும் என்பதை ஏற்றுக் கொள்ளத்தான் வேண்டியதாக இருக்கிறது. சரித்திரம் அறியாத ஒரு காலத்தில் மனித சுபாவம் வேறு விதமாக இருந்ததோ என்னவோ. சரித்திரம் அறிந்த பண்டைய எகிப்திலிருந்து இன்றைய ஐரோப்பா வரையில் எங்கும் எக்காலத்திலும் பொருள் என்கிற அதிகாரம்தான் எதிர்ப் பில்லாத ஆட்சி நடத்தி வந்திருக்கிறது என்பது வெளிப்படையாகவே தெரிகிறது.

இருந்தும், மனிதன் ஏன் அருள் என்றும், உண்மை என்றும். தாழ்மை என்றும், நல்லதென்றும், பிறருக்குதவி என்றும் பல பல விதமான தத்துவங்களையும் அவ்வப்போது பொருளைப் போற்றுவதை மறைப்பதற்காக, அன்பு என்றும், போற்றி வருவதாகச் சொல்லி வரவேண்டும்? தான் சகோதரத்துவம் என்றும் என்னவெல்லாமோ கதைகள் பேசுகிறான். சம்பளத்தில் மாதம் மூன்று ரூபாய் உயர்வு கிடைக்க வேண்டும் என்று கூட்டம் கூட்டிப் பிரமாதமாக இயக்கங்கள் நடத்தி வருகிற உபாத்தியாயர்கள், அசாதாரணமாகப் பள்ளிக்

கூடப் பையன்களுக்குப் புத்தர் தன் ராஜ்யத்தையும், மாளிகையையும், சுகபோகங்களையும் துறந்து போய் கையில் ஓடுடன் வந்ததைப் பற்றிப் பிரமாதமாகக் கவிதை ததும்பப் பேசுகிறார்கள்; 'அழகும் செல்வமும் நிலையாது'. என்ற நாலடியார்ப் பாட்டைப் பற்றி நாலு மணி நேரம் வாய் ஓயாமல் பேசுகிறார்கள்.

உள்ளூற அந்தரங்கத்தில் பொருளைத் தெய்வமாக ஏற்றுக் கொண்டவர்கள் யாரும் அதை வெளிப்படையாக ஏற்றுக் கொள்வதில்லை என்பது மனித சுபாவத்தின் விபரீதப் போக்கு. வாய்ச் சொல்லளவில் அவர்கள் வாழ்க்கைக்கு என்னவெல்லாமோ ஆதாரங்கள் உண்டு என்பது போலப் பேசுகிறார்கள். ஆனால், அவர்கள் மனதார வேறு ஒரு ஆதாரத்தையும் அங்கீகரிப்பதில்லை; ஏற்றுக் கொள்வதில்லை. மற்றதெல்லாம் பற்றிப் பேசினால் போதும், பணம் மட்டும் இருந்து விட்டாதனால் போதும் என்கிற மனப்பான்மையுடன் செயலாற்றுகிற மக்கள் அவர்கள். பொருளாதாரம் இங்கு இன்று ஆட்சி செலுத்துவது மட்டுமில்லை; நல்லதனமாகத் தன் ஆட்சியை மறைக்க முயலுகிறது என்பதும் மனித சுபாவத்தில் ஒரு விசேஷம்தான்.

இப்படி நான் சிந்திப்பதை மாமா வேங்கடாசலம் பற்றி ஒன்றும் சொல்லிவிட மாட்டார். பணத்தையோ கேட்டால் என்ன சொல்லுவார் தெரியுமா? விஷயத்தைப் பொருளையோ பற்றி அவருக்கு சிந்திக்க வேண்டிய அவசியமும் கிடையாது. அதுபற்றி அவர் வெகு காலத்துக்கு பண்ணாதவனின், பொருளற்றவனின் சிந்தனைகள் முன்னரே ஒரு முடிவுக்கு வந்துவிட்டார்.

இதெல்லாம் அவ்வளவுதான் என்று சொல்லிவிடுவார். அதுவும் உண்மை தான் என்று ஏற்றுக் கொள்ளத்தானே வேண்டும்? பணத்தையும் பொருளையும் பற்றி உள்ளவர்கள் சிந்திப்பதில்லைதான். இது சிந்திக்க வேண்டியதாக இருக்கிறது.

நான் படித்துப் பாஸ் செய்துவிட்டுப் பட்டணத்தில் பணத்துக்குத் திண்டாடிக் கொண்டிருந்த ஒரு மாமாங்கத்தில் என் மாமாவை இரண்டொரு சந்தர்ப்பங்களில்தான் சந்தித்தேன். ஒரு சந்திப்பு எனக்கு நன்றாக ஞாபகம் இருக்கிறது. நானும் என் மனைவியும் சிதம்பரத்துக்குப் போய்க் கொண்டிருந்தோம். முந்திய இரவு ரெயில்களில் கூட்டம் அதிகமாக இருந்தது. இரண்டாம் வகுப்பு டிக்கெட் கிடைக்கவில்லை. ஆகவே பகல் ரெயிலில் போய்க் கொண்டிருந்தோம். மாமாவும் அம்மாமியும் பட்டணத்திலிருந்து அதே ரெயிலில் வந்து கொண்டிருந்தார்கள் போலும். அது எனக்குத் தெரியாது. மாமா கூஜாவில் காபி வாங்கிக் கொண்டு போவதைப் பார்த்ததும், தேடிப் போய்ப் பார்த்தேன். மாமாவும் அம்மாமியும் முப்பத்திரண்டு பேர் வண்டியில் எழுபது பேர் ஏறியிருந்த ஒரு பெட்டியில் அடைபட்டுத் திணறிக் கொண்டிருந்தார்கள். இரண்டு லக்ஷத்துக்கு மேல் சொத்து சேர்த்து விட்டவர் எங்கே போக வேண்டுமானாலும் இரண்டாம் வகுப்புப் பெட்டியில் சௌகரியமாகப் பிரயாணம் செய்யலாகாதா? என்ன பணத்தாசை?” என்று என் மனைவியிடம் அசட்டுத் தனமாக வந்து சொல்லி விட்டேன்.

“இல்லாவிட்டால் உங்கள் மாதிரி கையில் இருக்கிற பணத்தை இப்படி செலவழித்துவிட்டு பிறகு பணமில்லை, பணமில்லை என்று கஷ்டப்பட்டுக் கொண்டேயிருக்க வேண்டுமாக்கும்?” என்றாள் என் மனைவி.

"உன் சௌகரியத்துக்காகத்தானே.." என்று ஆரம்பித்தேன்.

“ஆறு மணிநேரம் கும்பலில் கஷ்டப்பட்டால் என்ன தப்பு? கோயிலில் உத்ஸவமென்றால் தேடிக் கொண்டு போவதில்லையா? அதுமாதிரி" என்றாள் என் மனைவி.

என் கையில் பணமிருந்தால் அது சௌகரியத்துக்காகத்தான் இருக்கிறது என்று எண்ணுபவன் நான். மாமாவும் அம்மாமியும் பணத்தைச் சேர்த்து வைப்பது தவிர என்ன

பண்ணுவதாக உத்தேசித்திருந்தனர்? அது எனக்குப் புரியத் தானில்லை. சேர்த்து வைத்து என்ன பண்ணுவது? பணத்தை முகர்ந்து பார்க்க முடியுமா, ரோஜாப்பூ மாதிரி? தினம் எண்ணிக் கூடப் பார்க்க முடியாதபடி பாங்கியில் அன்றோ போட்டிருந்தார்கள். பணத்தைச் சேர்த்து வைத்துக் கொள்வதில் ஒரு சக்தியிருந்தது, அந்த சக்திக்குப் பணிய மனிதர்கள் தயாராக இருந்தார்கள். சகோதர மனிதர்களின் பணிவுதான் பணத்தால் விளையக்கூடிய லாபம் என்றால் புரிந்து கொள்ளலாம் போலத் தோன்றுகிறது. ஆனாலுங்கூட இரண்டு லக்ஷக்காரனுக்கு இரண்டாயிரம் பேர் பணிந்தால், இருபது லக்ஷக்காரனுக்குப் பணிய இந்த இரண்டாயிரத் தோடு இன்னொரு இருபதினாயிரம் பேரும் தயராக இருந்தார்களே அதற்கென்ன செய்வது?

அதுபற்றி என் மாமாவுக்குச் சந்தேகம் எதுவும் இராது என்றே எனக்குத் தோன்றுகிறது. இரண்டு லக்ஷத்தை இருபது லக்ஷமாக்க முயல வேண்டும் என்று சொல்லுவார். அதற்குப் பிறகு, இருபது லக்ஷத்தை ஒரு கோடியாக்கப் பாடுபட வேண்டும். இதற்கு முடிவு எப்போது, எங்கே என்றால் "முடிவு எதற்கு?" என்றுதான் அவர் கேட்பார்.

அந்த ஒரு மாமாங்கத்தில் மாமாவுக்குச் சம்பளம் நூற்றியைந்து ரூபாயிலிருந்து வருஷம் ஐந்து ரூபாயாக ஏறி நூற்றியறுபதாயிற்று. அதிகமாக உத்தியோகத் தாழ்வு எதுவும் கிடைக்கவில்லை. ஆனால் அவருடைய ஆரம்பகாலத் திருவிளையாடல்கள் காரணமாக, அவருக்கு அடிக்கடி மாற்றலாகிக் கொண்டிருந்தது என்றும் நான் கேள்விப் பட்டேன். சென்னை கல்வியிலாகாவில் வேங்கடாசலத்துக்கு வேண்டியவர் ஒருவர் இருந்தார்; அவரும் காலக் கிரமத்தில் ரிடையராகிவிடவே, வேங்கடாசலம் மிகவும் ஜாக்கிரதையாக இருக்க வேண்டிய அவசியம் ஏற்பட்டது. வருஷத்தில் ரொக்கமாக ஒரு ஐயாயிரம் ஆறாயிரம், நிலமாக இரண்டு மூன்று ஏக்கர் இப்படியாக மாமாவுக்குச் சொத்துச் சேர்ந்து கொண்டிருந்தது. எப்படி என்று என்னை விசாரித்துப் பயனில்லை. ஏனெனில் எனக்குத் தெரியாது.

தெரியாத ஒரு விஷயத்தை மறைப்பதற்காக "சில பேருக்கு அப்படித்தான் சேரும். தொட்டதெல்லாம் பொன்னாகும் ஜாகதம்'' என்று சொல்லித் தப்பித்துக் கொள்ள வேண்டியதுதான். பர்ஸைத் தொட்டால் தொட்ட மாத்திரத்திலேயே பர்ஸைக் காலியாக்கிவிடுகிற ஜாதகம் என்னுடையது. அதற்கென்ன செய்வது?

பட்டணத்தில் என்னைத் தேடிக் கொண்டு மாமாவுடைய அந்தரங்கக் காரியஸ்தர் உலகநாதன் ஒரு நாள் வந்தார். இரண்டு நாள் தங்கியிருந்தார். "மாமா விஷய மெல்லாம் எனக்குப் பத்துப் பதினைந்து வருஷங்களாகத் தெரியாது'' என்று நான் உலகநாதனிடம் சொன்னேன்.

"என்ன தெரிய வேண்டும். நான் சொல்றேன் ராஜா. உன் மாமா எத்தனை குடியைக் கெடுத்துச் சொத்தைப் பறித்துக் கொண்டார் என்று நான் சொல்றேன்" என்றார் உலகநாதன்.

"உமக்கு வேலை போயிடும்..." என்றேன் நான்.

"பிரமாத வேலை..." என்று உலகநாதன் சொன்ன திலிருந்து மாமாவுக்கும் அவர் அந்தரங்க காரியதரிசிக்கும் சண்டை வந்துவிட்டது என்றும், வேலை போய்விட்டது உலகநாதனுக்கு என்றும், எனக்குப் புரிந்துவிட்டது. வாயைக் கிண்டினால் பொய்யும் புளுகுமாக எதையாவது அளந்து விடுவார்; அதையும் உண்மையென்று நம்பிக் கொண்டிருக்க வேண்டும். அப்படி நம்புவது என் சுபாவம்! அதனால், பேசாதிருந்து விட முயன்றேன்.

ஆனால் உலகநாதனுக்கு இருந்த கோபத்தில் அவர் என்னுடன் தங்கியிருந்த நாற்பத்தியெட்டு மணி நேரத்தில் தூங்கிய நேரம், சாப்பாட்டு நேரம், வெளியே போய் வந்தது என்று இருபது மணி நேரம் போக, மற்ற இருபத்தியெட்டு மணி நேரமும் என் காதிலே வேங்கடாசலத்தைத்தான் எடுத்து ஓதிக் கொண்டிருந்தார். முடிக்கும் தருவாயில் பலஸ்ருதி சொல்லி, வெற்றிலை பாக்குடன் கதாகாலக்ஷேபம் செய்கிறவர்கள் மாதிரி சம்பாவனையும் கேட்க ஆரம்பித்து விடப்போகிறாரே,

என்று பயம்தான் எனக்கு. என் கையில் அப்போதும், வழக்கம் போல பணமில்லை.

நான் மாமாவுடன் தங்கியிருக்கும்போது சிறுவன், பல விஷயங்களை நேரில் பார்த்தாலும் அறிந்து கொள்ளப் போதிய அனுபவமில்லாதவன். இண்டர்மீடியட்டில் கோவையில் படிக்கும்போது, எனக்கு இந்த விஷயங்களில் ஈடுபாடில்லை. வயிறு நிரம்பச் சாப்பாடு போடவில்லை என்று மட்டும் எனக்கு மாமாவிடமும் அம்மாமியிடமும் கோபம். என்னிடம் மாமா எழுதித் தந்த இரண்டு வருஷச் செலவுக் கணக்கு என்னிடம்தான் இருந்தது. இன்னமும், அம்மாமி அப்போது சொன்னது; "நீ எங்கேயடா ராஜா சம்பாதித்துத் தரப் போகிறாய்?" என்று சொன்னது ஞாபகம் இருந்தது மட்டுமில்லை

அம்மாமிக்கு உண்மை இப்படி நிதர்சனமாகத் தெரிந்தது எப்படி, என்று இப்போதெல்லாம் எனக்கு ஆச்சரியமாக இருந்தது. மாமா கொடுத்த பணத்தில் வீணானது என்று அந்த நானூத்திச் சொச்சம் ரூபாயைத் தான் சொல்ல வேண்டும். வேறு எந்த இடத்திலும் மாமா பணத்தை இந்தமாதிரி விட்டதில்லை என்பது எனக்கே தெரியும்.

அதைப்பற்றிச் சிந்தித்துக் கொண்டே உலகநாதன் சொன்ன கதைகளை அரையும் குறையுமாகக் காதில் வாங்கிக் கொண்டேன். பதினேழு பதினெட்டு வருஷங்களாக வேங்கடாசலத்திடம் காரியம் பார்த்தவர் உலகநாதன். சாத்தனூரில் கொடுக்கல் வாங்கல் எல்லாம் அவர் மூலமாகத் தான் நடக்கும். ஆகவே, சொல்வதற்கு உலகநாதனிடம் விஷயம் நிறையத்தான் இருந்தது. மேலத்தெரு சதாசிவன் பெண்டாட்டி செத்துக் கிடக்கும் போது காரியம் செய்வதற் கென்று ஒன்றரை வட்டியில் வேங்கடாசலத்திடம் ஐநூறு ரூபாய் கடன் வாங்கினான். ஆறு வருஷத்தில் வட்டியோ முதலோ திருப்பித் தரப்படாமல் ஆயிரத்துக்கு இரண்டு வட்டிக்குச் சீட்டு எழுதி தரப்படவே இன்னொரு நாலு வருஷத்தில் சதாசிவத்தின் நார்த்தங்கால் செக்குமேடு நிலம்

பூராவும் மாமாவுடையதாகி விட்டது. சாதாரணமாக மூவாயிரத்துக்கு குறைவில்லாமல் விலை போகும். மாமா தந்த ஐநூறுக்கு ஈடாகிவிட்டது.

கீழத்தெரு மைனாப் பிள்ளையை வாரண்டில் பிடிக்க ஒரு எதிரி வந்து விட்டான். மூவாயிரம் தேவை என்று வந்தான். மாளிகை போன்ற எட்டாயிரம் பெறக்கூடிய வீட்டை எழுதித் தந்தால் தருகிறேன் என்றார் மாமா. வேறு என்ன செய்வான்? எழுதித் தந்தான். மூன்று வருஷங்களில் வீடு மீட்கப்படாமல் மாமாவுடையதாகி விட்டது. யாரோ ஒரு வியாபாரியிடம் அந்த வீட்டைப் பதினாறாயிரத்துக்கு விற்று விட்டார் மாமா.

இப்படியாக உலகநாதன் கதைகதையாகச் சொன்னார் "சாத்தனூரிலே நல்ல நிலமாக இப்போது பதினேழு வேலிக்கு வந்து விட்டது. அது மட்டும் எத்தனை பெறும் தெரியுமா?" என்றார்.

“எனக்கென்ன தெரியும்? எனக்கு நிலமா நீச்சா?" என்றேன் நான்.

"ஒரு வேலி குறைந்த பட்சம் இருபத்தையாயிரம் பெறும் தெரியுமா? கண்ணை மூடிக் கொண்டு கொடுப்பான்கள். மண் என்றால் சாத்தனூர் மண்ணாக்கும்?" என்றார் வீரா வேசத்துடன். என்ன சொன்னாலும் வேறு ஒருவருக்கே யென்றாலும் வாங்கிச் சேர்த்து வைக்கப் பாடுபட்டவர் தானே அவரும்? ஆவேசமாகப் பேசியதில் தவறு என்ன?

"அடேயப்பா, அதுவே நாலேகால் லட்சமாச்சே?” என்று கணக்குப் போட்டேன் நான்.

"பக்கத்துப் புளியஞ்சேரியிலே ஒரு நாலுவேலி அனாமத்தாக வந்து சேர்ந்தது. அது வேறே.." என்றார், உலகநாதன். எல்லாம் தன் சாமர்த்தியம் என்று நான் நினைக்க வேண்டு மென்று அவர் விரும்புகிறார், என்று எனக்குத் தோன்றியது.

"எல்லாம் உம்முடைய சாமர்த்தியம் தானே..." என்றேன் நான். எனக்கென்ன நஷ்டம் இதில்?

"எனக்கு என்ன சம்பளம் கொடுத்துக் கொண்டிருந்தார் தெரியுமா?" என்றார் உலகநாதன் கோபமாக.

"சொன்னால்தானே தெரியும்?" என்றேன்.

"மாதம் இருபத்தைந்து ரூபாய்; வருஷத்தில் ஒரு வண்டி நெல்; இருப்பதற்கு கொல்லைத் தாழ்வாரத்தில் தட்டி போட்டு அடைத்துக் கொடுத்த ஒரு அறை" என்றார் உலகநாதன்.

"இது தெரிந்து கொடுத்தது. தெரியாமல்.." என்று இழுத்து நிறுத்தினேன் நான்,

"இடம் தெரியாமல் சொல்கிறாயே ராஜா. வேறு யாரிடமாவது பலிக்கும் இது. தெரியாமல் எடுப்பது என்பதெல்லாம் வேங்கடாசலம் கூட ஒவ்வொரு சமயம் ஏமாந்துவிடுவார். அவர் மனைவி இருக்கிறாளே அடேயப்பா, எத்தனையோ பெண்களைத் தெரியும் ஆனால் உன் அம்மாமியைப் போன்றவளைப் பார்ப்பது சிரமம். தெரியாத விஷயம் என்று அவளுக்கு ஒன்றுமே கிடையாது ராஜா. அது ஏதோ வரப்பிரஸாதம்தான்!" என்று பெருமையுடன் முடித்தார் உலகநாதன்.

கூடத்துக்கு அப்போது வந்த என் மனைவியைப் பார்த்து "கேட்டுக்கோ ராஜி, நீயும் அப்படியிருந்தால் நமக்குப் பணம் சேரும்" என்றேன் நான். என் மனைவி பதில் சொல்லாமலே உள்ளே போய்விட்டாள்.

"பிறத்தியாரிடம் மட்டும்தான் இதெல்லாம் என்று நீ எண்ணி விடக்கூடாது ராஜா" என்றார் உலகநாதன். "உறவுக் காரர்கள் என்று உன் மாமாவை அண்டி வந்தவர்களில் யார் முழுசாக இருக்கிறார்கள் சொல்?"

"நான் முழுசாகத்தான் இருக்கிறேன்'' என்றேன் விளையாட்டாக.

"உன்னிடம் பற்றிக் கொள்ள சொத்து என்று ஒன்றும் இல்லை. இருந்தால் தெரியும்" என்றார் உலகநாதன். "உன் சிறு தாயார் குடும்பம் அப்படியே போய்விட்டது. கண்ணப்பன் எங்கேயோ ஹோட்டலில் வேலை செய்து காலங்கழிக்கிறான். வேங்கடாசலத்தின் மாமா குடும்ப சங்கதி உனக்குத் தெரிந்ததுதான். எவ்வளவு பெரிய இடம். அது அந்தக் காலம். இப்போது அவர் பிள்ளை குட்டிகள் எங்கேயோ குமாஸ்தா வேலைகளில் அமர்ந்து அவஸ்தைப் படுகின்றன. சரி வேங்கடாசலத்தின் மைத்துனர் எவ்வளவு செல்வாக்காக இருந்த குடும்பம் அது! அதுவும் இருந்த இடம் புல்லு முளைத்துப் போய்விட்டது. பிள்ளைகள் நாலுபேரும் எங்கெங்கேயோ லாட்டரி அடித்துக் கொண்டிருக்கிறார்கள். சொத்து, வீடு, எல்லாம் வேங்கடாசலத்தை வந்தடைந்து விட்டன. ஒண்ணா, இரண்டா, பத்தா நூறா..? இன்னும் இப்படியே உறவினர்கள் அல்லாதவர் பலரையும் பற்றிச் சொல்லிக் கொண்டே போகலாம்" என்றார் உலகநாதன்.

"உமக்கும் அவருக்கும் சண்டை வந்தது எப்படி சொல்லும்?" என்றேன்.

''அதுவா?'' என்று மழுப்பினார் உலகநாதன். பிறகு சொன்னார், "உன்னிடம் சொல்வதில் ஒன்றும் தவறில்லை ராஜா.

போன வருஷம் நான் என் பெண்ணுக்குக் கலியாணம் செய்தேன். அதில் இரண்டாயிரம் ரூபாய் மாமா பணத்தை எடுத்துச் செலவு செய்து விட்டேன் மாமாவுக்கும் தெரிந்திருக்காது. அவள், கண்டுபிடித்து விட்டாள் அவ்வளவு தான்" என்றார் சுருக்கமாக. மேலும் தொடர்ந்து சொன்னார். "காளகண்டி! இவ்வளவு அமர்க்களம் செய்யாதிருந்தால் இந்த வருஷம் மேக் அப் செய்து போட்டிருப்பேன் சரியாகப் போயிருக்கும்."

“உம்....” எனக்குப் புரிந்தது என்ன நடந்திருக்குமென்று. ”... பையன் எப்படி யிருக்கிறான்? அவனை நான் பார்த்தே வருஷம் பத்துக்குமேல் ஆகிறது..”

"சீநிவாசனா? சும்மா சொல்லக் கூடாது? பையன் நல்லவன். தங்கக் கம்பிதான் அவன். அவனுக்கு சொத்துச் சேர இருக்கிற அதிர்ஷ்டத்தால் தான் வேங்கடாசலத்தின் காரியம் பலிக்கிறது. இல்லாவிட்டால் அப்பவே வண்டி குடை சாய்ந்திருக்கும். பையன் எல்லா விஷயங்களிலும் உன்னைப் போலவேதான் இருக்கிறான். பி.எஸ்.ஸி. ஹானர்ஸ் படித்து விட்டான். கலியாணத்துக்கு ஏற்படாக வேண்டும். நல்ல இடமாகப் பார்க்கிறார் உன் மாமா...” என்றார் உலகநாதன்.

"புது உறவு ஏற்பட்டால் இன்னும் சொத்துச் சேரும்?” என்றேன் நான்.

உலகநாதன் தன் கவலைகளை மறந்து விட்டுச் சிரித்தார்.

12. "நீயாவது வந்தாயே!"

நான் சாதாரணமாக எந்தக் கலியாணத்துக்கும் போகிற வழக்கம் கிடையாது. போய்விட்டு வந்து அங்கு யாரும் என்னை கவனிக்கவில்லை என்று குற்றம் சாட்டிக் கொண்டிருப்பதை விடப் போகாமலே இருந்து விடுவது மேல் என்று எனக்குத் தோன்றும். வாழ்க்கையில் எவ்விதத்திலும் வெற்றி பெறாதவனை, பணம் காசு கையில்லாதவனை, யார் எப்படி வரவேற்று உபசரித்துவிடப் போகிறார்கள்? நெருங்கிய உறவினராக இருந்தால் கூடத்தான் என்ன? பணமில்லாத வரையில் என்னை யாரும் மதிக்கத் தயாராக இல்லை என்பது வெளிப்படையாகத் தெரிகிறது. கூட்டத்தில் போய் நானும் ஒருவனாக நின்று விட்டு வருவானேன்? போகாமலே இருந்து விடலாமே என்றுதான் எனக்குத் தோன்றும். எனக்குத் தெரிந்து இருபது வருஷங்களில் நான் எந்தக் கலியாணத்துக்கும் போனதில்லை.

“ஏன் வந்தாய்” என்று கேட்கிற மாதிரி என்னை யாராவது பார்ப்பதற்கு இடந்தராமல் “ஏன், ராஜா, வராமல், இருந்து விட்டாய்?” என்று கேட்கும்படி வைத்துக் கொண்டால் போதும் என்று எனக்குத் தோன்றும். சாதாரணமாகக் கலியாணங்கள் நம்மூரில் பொருளாதார அடிப்படையில் நடப்பவை என்பதை எல்லோரும் ஒப்புக் கொள்ளத்தான் செய்வார்கள். விதவைகளை அபசகுனம் என்று சொல்லுகிறவர்கள் ஏன் ஏழைகளுக்கும் இந்த மாதிரி சமயங்களில் வெளியே தலைகாட்டக் கூடாது என்று தடை விதிக்காமல் இருந்து விட்டார்கள் என்று நான் ஆச்சரியப் பட்டதுண்டு. ஏழைகள் கண்பட நடக்கிற எந்தப் படாடோபமான கல்யாணமும் பலிப்பதில்லை என்பது அபிப்பிராயம்.

என் மாமா வேங்கடாசலத்தின் பிள்ளை சீநிவாசனுக்குக் கல்யாணம் என்று கடிதம் வந்தது முதல் எனக்கு என்னவோ அந்தக் கலியாணத்துக்குப் போக வேண்டும் என்று தோன்றியது. கலியாணக் கடிதாசைப் பார்த்ததுமே என் மனைவி சொன்னாள்; "உங்கள் மாமா பிள்ளைக்குக் கல்யாணம். மார்பிலே சந்தனமும் வாயிலே வெற்றிலை பாக்குமாக நாலு நாள் போய் விருந்து சாப்பிட்டுவிட்டு வாருங்கள்" என்றாள்.

"நீ வரப் போவதில்லையா?" என்று கேட்டேன்.

"நான் எதற்கு?" என்றாள் என் மனைவி. "நீங்கள் அவாத்திலேயே சாப்பிட்டு வளர்ந்தவர். போக வேண்டியது நியாயம்தான். உங்க மாமி நம்ப கல்யாணத்துக்குக் கூட வரவில்லை. உண்மையில் நான் வேங்கடாசலத்தைப் பார்த்திருக்கிறேனே தவிர, மாமியை ஒரு தடவை கூடப் பார்த்ததில்லையே...?"

"இப்போது பார்த்துவிடேன்" என்றேன்.

"கட்டிக்கொள்ள நல்ல புடவை ஒன்று கிடையாது. நான் வரவில்லை ஒருத்தர் கல்யாணத்துக்கும்" என்றாள்.

அதற்குமேல் அப்பீல் கிடையாதென்று எனக்குத் தெரியும். இந்த நகை புடவை விஷயத்தை என் மனைவி எடுத்துப் பேச ஆரம்பித்துவிட்டாளானால், நான் ஒதுங்கிக் கொண்டு விட வேண்டியதுதான். அதற்குமேல் எனக்குப் பேச வாய் கிடையாது என்பது அநுபவ பூர்வமாகத் தெரிந்த விஷயம். பதில் சொல்லாதிருந்து விடுவேன். அதுதான் சௌகரியம்.

மாமா கலியாணக் கடிதாசைக்கூட மிகவும் மட்டமான பேப்பரில் அச்சிட்டிருந்தார். "ஏராளமாகப் பணமும் நகையும் சாமானும் வாங்கியிருப்பார். ஒரே பிள்ளை, பல லக்ஷக்கணக்காக சொத்திருக்கிறது. இருந்தும் பத்திருபது ரூபாய் செலவிட்டுக் கல்யாண அழைப்பிதழ் அடிக்க மனசு வரலியே?" என்றேன், பேச்சை மாற்றுகிற உத்தேசத்துடன்.

"பெரிய உத்தியோகஸ்தர் வீட்டுப் பெண். இவர் எப்படியிருந்தாலும் அவர் கல்யாணத்தை நன்றாக நடத்தி விடுவார் என்று எனக்குத் தோன்றுகிறது. சதிர்க்கச்சேரி, பாட்டுக் கச்சேரி கூட இருக்கிறதே?..." என்றாள் என் மனைவி.

இந்த மாதிரி வைபவங்களில் கலந்துகொள்ள வேண்டும் என்று அவளுக்கு ஆசைதான். ஆனால் நிலைமை இடந்தரவில்லை. ஏழையென்று இடிபடுதை விட வராமலே இருந்து விடுவதுதான் நல்லது என்று அவள் எண்ணியதில் எனக்கும் சம்மதந்தான். நான் சாதாரணமாகப் போயிருக்க மாட்டேன். என்னமோ போக வேண்டும் என்று தோன்றிற்று. அதுவும் சென்னைப் பட்டணத்திலேயே கல்யாணம், மாமா அம்மாமியையும் பார்த்து நாளாயிற்று. போய் ஒருதரம் பார்த்துவிட்டு வரலாமே என்றுதான் இருந்தது. என்ன சொன்னாலும் வெள்ளிக் கிண்ணத்தில் பாலுஞ்சோறுமாகப் பிசைந்து வைத்து ஊட்டிய அம்மாமி அல்லவா?

"இருந்தாலும் மாமாவும் அம்மாமியும் இங்கு வந்து ஒரு நாள் தங்கியிருந்திருக்கலாம், நேரில் வந்து கூப்பிட்டிருக்கலாம்'' என்றேன் நான், என் மனசிலுள்ள குறையைத் தெரிவிக்கிற மாதிரி.

என் மனைவிக்கு அவர்கள் வராததே நல்லதென்று தோன்றிற்று. ''நாமும் பணக்காரர்களாக இருந்தால் வந்திருப் பார்கள்தான்.." என்றாள்.

"ஒருநாள் வந்திருப்பதற்கும் பணத்துக்கும் என்ன சம்பந்தம்?" என்றேன்.

"அது பணம் படைத்தவர்களுக்குத்தான் தெரிய முடியும். நமக்கு எப்படி தெரியும்?" என்றாள் என் மனைவி.

ஒரு நிமிஷம் கழித்துச் சேர்த்துக் கொண்டாள். "இந்த ஜன்மத்தில் நமக்குத் தெரியவும் போவதில்லை" என்றாள்.

அதற்குப் பதில் என்ன சொல்வது என்று எனக்குத் தெரியவில்லை. பேசாதிருந்துவிட்டேன். கலியாணத்துக்குப் போவது என்று தீர்மானித்தவுடன், மாப்பிள்ளை அழைப்பிலிருந்தே போய்விடாலாமே என்று தோன்றிற்று. கிளம்பும் போது என் மனைவி சொன்னாள்

"மாமா வீட்டிலிருக்கும் போது சிறு வயசு. அவர்களிடம் ஒன்றும் கற்றுக் கொள்ளாதிருந்து விட்டீர்கள். இப்போது இந்த நாலு நாளிலாவது ஏதாவது உபயோகமாக பாடம் கற்றுக் கொண்டு வாருங்கள்" என்றாள்.

"அவ்வளவு சுலபமாகவா கிடைத்துவிடும் வாழ்க்கையில் உபயோகமான பாடம்?" என்று கேட்டுவிட்டுக் கிளம்பினேன்.

தோய்த்துத் தோய்த்துக் காவியேறிய இடுப்பு வேஷ்டி யுடனும், தோள் பட்டை கிழிந்திருந்த ஒற்றைச் சட்டையின் கிழிசலை மறைக்க துண்டுமாக நான் கலியாணத்துக்குக் கிளம்பினேன். அதற்காக நான் கிழிசல் சட்டை போட்டுக் கொள்ளக் கூடாது என்று எந்த சாஸ்திரத்திலாவது சொல்லி யிருக்கிறதா என்ன? எனக்குள்ளதைத் தானே நான் போட்டுக் கொள்ள முடியும்! என்ன.. துணி வாடகைக்கு வாங்குவதா? அப்படி வாங்க வேண்டுமென்றாலுங்கூட எந்த லாண்டிரிக்காரன் கடன் தருவான்?

ஆனால் நான் தற்பெருமைக்காரன் அல்ல, என் கிழிசல் சட்டையும் பற்றி எனக்குப் பெருமையில்லை. வேண்டுமென்று வேஷம் போட நான் தயாராயில்லை. நான் 'நான் தான்' வேறு யாராகவும் இருக்க விரும்பவில்லை; வேறு யாருக்காகவும் மாறவேண்டும், என்றும் விரும்பவில்லை. இந்த மாதிரியெல்லாம் மனக் குழப்பங்கள் வரும் என்பதற்காகத் தான் நான் இந்த மாதிரி சந்தர்ப்பங்களில் கலந்து கொள்ளக் கிளம்புவதில்லை. இந்தத் தடவை ஏதோ என்னவோ போக வேண்டும் என்று தோன்றிக் கிளம்பி விட்டேன். நான் போய்ச் சேர்ந்தபோது மாப்பிள்ளை அழைப்பு மேள தாளத்துடன் கோயிலை விட்டுக் கிளம்பி

விட்டது. அந்த ஊர்வலத்தில் என் மாமாவைத் தவிர வேறு யாரும் எனக்குத் தெரிந்தவர்களைக் காணவில்லை. பெண் வீட்டார் ஆணும் பெண்ணுமாக நாற்பது ஐம்பது பேர்வழிகள் இருந்தார்கள். மாமா பக்கத்தில் போய் "அம்மாமி வரவில்லையா?" என்றேன்.

"வீட்டில் இருக்கிறாள். அவளுக்கு ரெயிலில் வந்த களைப்பு. இன்று, காலையில்தான் வந்தோம். ராஜா'' என்றார் மாமா. பிறகு என்னைத் திரும்பிப் பார்த்தார். "நீ வராது இருந்துவிடப் போகிறாயே, நாளைக் காலை வந்து பார்க்கலாம் என்றிருந்தேன்" என்றார் மாமா.

பிள்ளை வீட்டாருக்கு என்று ஒரு பெரிய பங்களாவை அமர்த்திக் கொடுத்தார் பெண்ணின் தகப்பனார். மாடியிலும் கீழுமாக அந்தப் பங்களாவிலே ஏழெட்டுக் கூடங்களும் பத்துப் பன்னிரண்டு அறைகளும் இருந்தன. அதில் தங்குவதற்கு வந்திருந்தவர்கள் என் மாமா, மாமி, மாப்பிள்ளை சீனிவாசன், நான், நால்வரும்தான்; 'நல்ல வேளை, நானும் வராவிட்டால்...' என்று என்னால் எண்ணாமல் இருக்க முடியவில்லை.

மாமி என்னைக் கண்டதும் வாய் நிறைய, மனம் நிறையத்தான் வரவேற்றாள். ஆனால் "உன் பெண்டாட்டி வரவில்லையா? உள்ளூரிலேயே இருந்துகொண்டு..." என்றாள்.

"ஊருக்குப் போயிருக்கிறாள்" என்று சொல்லி விடலாமா என்று எண்ணினேன். 'பொய் சொல்வானேன்? நிஜத்தை சொன்னால்தான் என்ன நஷ்டம்?' என்று தீர்மானித்துக்கொண்டு சொன்னேன். "கட்டிக்கொள்ளப் புடவையுமில்லை; போட்டுக்கொள்ள நகையுமில்லை. பெரிய கல்யாணத்துக்கு வர மனசில்லை அவளுக்கு" என்றேன். "கட்டிக்கப் பட்டுப்புடவை தரமாட்டேனா? போட்டுக் கொள்ள ஒரு செட் வைர நகை தரமாட்டேனா?'' என்றாள் மாமி.

சட்டென்று நான் "நிஜமாகவா மாமி?" என்றேன்.

நான் வேண்டுமென்றே தப்பாக அர்த்தம் பண்ணிக் கொண்டு விட்டேன் அவள் சொன்னதை என்று புரிந்து கொண்ட அம்மாமி வாயை மூடிக் கொண்டுவிட்டாள். அப்படி ஒன்றும் அன்பையும் உறவையும் அவள் விலைக்கு வாங்கத் தயாராக இல்லை.

அன்றிரவு மாமா படுத்துக் குறட்டைவிட ஆரம்பித்ததும் சீனிவாசன் என்னைக் கூப்பிட்டான். போய் வெளிவராந்தாவிலே உட்கார்ந்து இருவரும் பல விஷயங்களைப் பேசினோம். அவனைக் குழந்தையாக இருக்கும்போது நான் பார்த்தது. அதற்குப் பிறகு கால் மணி நேரம் கூடச் சந்தித்துப் பேசியது கிடையாது. "நன்றாகப் படித்தான் ராஜா. அந்த நாளில் இருந்த மாதிரியே இருந்தான். நல்ல பிள்ளை'' என்று பிறர் சொல்லிக் காதில் விழுந்ததுண்டே தவிர நேரில் அவனைப் பற்றி எதையும் கண்டு அறிந்து கொள்ள எனக்குச் சந்தர்ப்பமேயில்லை. ஆனால் அன்றிரவு கண்டு கொண்டேன். பணக்கார வீட்டுப் பிள்ளையாக, தற்பெருமைச் சூனியமாக இல்லாமல் பையன் மிகவும் அடக்கமாக அறிவுள்ளவனாக இருந்தான் என்பதைக் கண்டு கொண்டேன்.

"வேறு யாருமே வரவில்லை என் கலியாணத்துக்கு!" என்றான்.

எனக்குப் புரிகிற மாதிரி இருந்தது அவன் மனோபாவம். அவன் தன் அப்பா அம்மாவைக் குறை கூறவில்லை தன் குறையைத்தான் கூறிக் கொண்டான். அதை அவன் சொன்ன மாதிரியிலேயே அவன் அடக்கம் தெரிந்தது.

"நான் வந்ததே ஆயிரம்பேர் வந்த மாதிரி சீனிவாசா" என்றேன் நான், என் சட்டையின் தோள்பட்டைக் கிழிசலைத் துளாவிக் கொண்டு.

"உன்னைப் பற்றி அம்மா நேற்றுக் கூட ரெயிலில் நெடுகப் பேசிக்கொண்டு வந்தாள்" என்றான் சீனிவாசன்.

என்ன பேசியிருப்பாள் என்று எனக்குத் தெரியும். பிரியத்துடன் அம்மாமிக்கு என்னிடம் அளவு கடந்த மாதிரியான குழந்தைகளிடம் ஒரு தாய்க்கு இருக்கக் கூடிய அனுதாபமும் உண்டு. நொண்டி, முடம், சவலை என்கிற அனுதாபம் அது. உய்யாது, உய்ய வழியறியாது தடுமாறும் குழந்தை இது என்று என்னைப் பற்றி ஆதிமுதலே உணர்ந்திருந்தாள் அவள். தன் பிள்ளையும் பல விதங்களிலும் என்னைப் போலவே இருந்தான் என்பது அடிநாட்களில் அவளை வெகுவாகப் பயமுறுத்தியிருக்கவே வேண்டும். இப்போது, அவன் பிறந்து இருபத்தி மூன்று வருஷங்களுக்குப் பிறகு, குணாதிசயங்களில் எப்படியிருந்தாலும், தன் பிள்ளை என்னைவிடச் "சாதாரணமாக" இருந்தான் என்பதில் அவள் அளவற்ற தைரியம் பெற்றிருப்பாள். அந்தத் தைரியம் அவள் தன் பிள்ளைக்குத் தந்து விட்டுப்போகக் கூடிய லக்ஷங்களினால் உரம் பெற்றிருக்கும்.

"சொன்னால் உனக்கோ மற்றவர்களுக்கோ நம்பிக்கை வராது. ஆனால் இந்தக் கல்யாண விஷயத்தில் பணம் என்றோ மற்றபடி எது பற்றியுமோ, அப்பாவோ அம்மாவோ வாயே திறக்கவில்லை. கல்யாணம் செய்து கொள்வது நல்லது என்பது எங்கள் அபிப்பிராயம். பெண் பிடித்திருந்தால் சொல்லு, நீயே முடிவு செய்துவிடு என்று சொல்லிவிட்டார்கள்" என்றான் சீனிவாசன்.

"அதுதான் சரி. நீயாகப் பார்த்துத் தீர்மானித்துக் கொண்ட விஷயம் தானே இது? நல்லது" என்றேன் நான். வேறு என்ன சொல்வது? பெண்ணுக்கு எந்தெந்த நகை போட வேண்டும் என்று மாமி எதற்காகச் சொல்ல வேண்டும்? வீட்டுக்கு நாலு பெண்கள் வந்தாலும் போட்டுக் களிக்கப் போதுமான நகைகள் அவளிடமே இருந்தன. தன் பெரிய ஆகிருதியில் ஒரு செட்டுக்குப் பதில் இரண்டு செட்டுகளை வேண்டுமானால் அவள் அணிந்து கொள்ளலாம். மற்றதைப் பெட்டியில் வைத்துப் பூட்டி வைக்கலாமே தவிர வேறு என்ன செய்ய முடியும்? தவிரவும் பெண் வீட்டாரும் நல்ல பணக்காரர்கள். பெண்ணுக்கு வேண்டிய நகைகளை அவர்களே அன்புடன்

செய்து போட்டிருப்பார்கள். இருந்தாலும், பேரம் செய்யாமல் எதையும் ஏற்றுக் கொள்வது மாமாவையும் அம்மாமியையும் பற்றிய வரையில் பெரிய விஷயம் என்றுதான் சொல்ல வேண்டும் என்று எனக்குத் தோன்றியது.

—

ஸ்ரீநிவாசன் தன் ஆசை அபிலாக்ஷைகள் லக்ஷியங்கள் முதலியன பற்றி அன்றிரவு வெகுநேரம் என்னுடன் பேசிக் கொண்டிருந்தான். வாழ்வின் முதற்படியில் காலடி எடுத்து வைத்துக் கொண்டிருந்த அவன் சொன்னதை யெல்லாம் அப்படியே ஏற்றுக் கொள்ள வேண்டும் என்ற அவசியமில்லை. தவிரவும் அன்று பொங்கிய உணர்ச்சிகளைச் சொல்லித் குதூகலிக்க நான் ஒருவனாவது அகப்பட்டேனே என்று அவனுக்கு உல்லாசமாக இருந்திருக்கும். மறுநாள் காலையில் அவன் காலேஜ் தோழர்கள் இருவர் வந்து விட்டார்கள். அதற்குப் பிறகு அவன் என்னிடம் மனம் திறந்து பேசவில்லை. அதற்கு அவசியமில்லாது போய் விட்டது.

மாமா வேங்கடாசலம் அடிக்கடி என்னைக் கூப்பிட்டு வைத்துப் பேசினார். அவருடன் பேச வேறு யார்? பணத்தை ஆட்கொல்லி என்று சொல்லிக் கேட்டிருக்கிறேன் நான், ஆனால் என் மாமாவின் லக்ஷங்கள் இப்படி அவர் பக்கத்தில் என்னைத் தவிர வேறு யாரும் இல்லாமல் உறவினர்களைக் கொன்றுவிட்டிருக்கும் என்று என்னால் கற்பனையில் கூடக் கண்டிருக்க முடியாது. அந்தக் கல்யாணத்துக்குப் போய் நேரில் கண்ணாரக் கண்டிராவிட்டால், நான் கூட அதை நம்பியிருக்க மாட்டேன். “எல்லோரும் பணக்காரரைப்பற்றி இப்படி அப்படி என்று ஏதாவது சொல்லிக் கொண்டுதான் இருப்பார்கள். ஆனால் சமயம் வாய்த்தால் போய் ஒட்டிக் கொள்ள மாட்டார்களா?" என்றுதான் நானும் நினைத்தேன். ஆனால் நான் அப்படி நினைத்தது தவறு என்பது என் கண் முன்னாலேயே ருஜுவாகி விட்டது.

பெண் வீட்டுப் பெண்மணிகளுக்கு மத்தியில் என் மாமி தனியாக நிற்பதைப் பார்க்கும் போதெல்லாம் எனக்குக் கண்ணில் ஜலம் வந்தது. போய் உடனேயே என் மனைவியை அழைத்து வரலாமா என்று எண்ணினேன். ஆனால் என் மனைவி அப்படி ஒன்றும் கூப்பிட்டவுடன் வந்துவிட மாட்டாள் என்றும் தெரியும் எனக்கு. என்னை விடப் பிடிவாதக்காரி அவள்!

மாமிக்கு வருத்தமோ இல்லையோ அவள் காட்டிக் கொள்ளவில்லை. ஆனால் வேங்கடாசலம் மட்டும், "அவள் வந்திருக்கக் கூடாதா? பெரம்பூரில்தானே இருக்கிறாள்? வில்லிவாக்கத்தில்தானே இருக்கிறான்?" என்று அடிக்கொரு தரம் சொல்லிக் கொண்டிருந்தார். அதே மூச்சில் "நீயாவது வந்தாயே ராஜா" என்றார்.

"வெளியூரில் இருந்தால் ராஜா கூட வந்திருக்க மாட்டான்" என்றாள் மாமி.

வந்திருப்பேன் என்று நான் சொல்லவில்லை. ஒரு விதத்தில் இப்போது கூட ஏன் வந்தோமென்று எனக்குத் தோன்ற ஆரம்பித்து விட்டது. ஆனால் அதற்கு காரணமில்லாது போய் விடவில்லை.

பெண் வீட்டில் சமையலுக்கு வந்திருந்த கோஷ்டியில் கண்ணப்பன் என் கண்ணில் பட்டுவிட்டான். முகூர்த்தம் எல்லாம் ஆனபிற்பாடு, மத்தியான சாப்பாடு எடுத்து வைக்க வந்த ஆசாமிகளில் கண்ணப்பனும் ஒருவன். எனக்கு வந்த கோபத்தில் நடுப்பந்தியிலேயே நான் கண்ணப்பனை பெண் வீட்டார் அத்தனை பேருக்கும் மத்தியில் ஸ்ரீநிவாசனுக்கு அறிமுகம் செய்து வைத்தேன். ஸ்ரீநிவாசனுக்கு என் கோபம் புரிந்தது என்று எண்ணுகிறேன். பெண் வீட்டார் காதில் எதுவும் விழுந்தது மாதிரிக் காட்டிக் கொள்ளாமல் பெருந்தன்மையாக இருந்து விட்டனர்.

சாப்பாடெல்லாம் ஆன பிற்பாடு அம்மாமி என்னிடம் சொன்னாள்; "பணம் என்னவெல்லாம் பண்ணும் என்று எனக்கே இப்போதுதான் தெரிகிறது ராஜா" என்றாள்.

"என்னென்ன பண்ணாது என்று தெரிகிறது என்று சொல்லு அம்மாமி!" என்றேன்.

அடுத்த வேலையிலிருந்து கண்ணப்பனைக் கல்யாண வீட்டில் காணவில்லை. அவனைப் போகச் சொல்லி விட்டார்கள் போலும். என்னையும் போகச் சொல்ல முடியுமானால் பெண் வீட்டார் போகச் சொல்லியிருப்பார்கள். ஆனால் மாமாவும் அம்மாமியும் எதுவும் சொல்லாத வரையில் அவர்கள் என்ன செய்ய இயலும்?

கல்யாணம் நாலு நாளும் இருந்துவிட்டுத்தான் நான் வீடு திரும்பினேன். சிந்திப்பதற்கும், புரிந்து கொள்வதற்கும் விஷயம் நிறையவேதான் கிடைத்தது எனக்கு.

முற்றும்.

★★★

9 788168 572935